ఈనాటకమును ప్రదర్శింపఁగోరువారు గ్రంథకర్తవలని
వ్రాఁతమూలమైన యనుమతిని బడయవలెను. అట్లు
పడయకుండఁ బ్రదర్శింపఁబూనువారు దండ
నకుఁ బాత్రులగుదురు.

ఓమ్

కృతిసమర్పణము.

సీ. ఉన్నతస్థితినుండి । యు నొకింతగరువంబుఁ
బడయ కెల్లరకు జీ । వనములొసఁగు
పజ్జకుఁ జేరెడు । ప్రతిపక్షులనయినఁ
జల్లని పూజలం । జలిపి తనువు
విషధరుఁడనఁదగి । వెలయు మేనొందియు
నమృతసంచయహృద । యంబెగాంచు
తనదేశ మభివృద్ధి । గనఁగ సర్వస్వమ్ము
ధారపోయుటకు సి । ద్ధపడుచుండు

గీ. నిట్లు ఘనుఁడంచు వచియింప । నెల్లపట్లఁ
దగెడు మోతేకులాబ్ధి సు । ధాకరుండు
ప్రథిత నారాయణాఖ్యుండు । వరుఁడుగాఁగ
మత్కృతి కుమారి ధన్యస । మస్తగతుల.

గ్రంథకర్త.

పీఠిక.

పాఠకమహాశయులారా!

ఈ యనార్కలీకథను బలువురవలనఁ బలువిధముల వింటిని. కొందఱిరచనలును జదివియుంటిని. ఇటీవల మాయూరి "సిటీసినీమా" వారిచేఁ బ్రకటింపఁబడిన మిస్. సులోచనయొక్కయు, మిస్. సీతాదేవియొక్కయుఁ బ్రదర్శనములం గాంచితిని. మఱియు, నామిత్రులెందఱో తత్కథను బ్రదర్శనయోగ్యమగు నాటకముగా రచింపుమని నన్నుఁ గోరిరి. నాకును నట్టి యుత్తమసాధ్వీచరితము నాటకముగా రచింపఁ గుతుకము జనించినది. వెంటనే తద్రచనకుం దొరఁకొని యొకనెలలోఁ బూర్తిగావించితిని. నారచనము దొరుల ననుసరింపక స్వాతంత్ర్యమునే వహించితిని.

అనార్కలీచరిత్రము నిజముగా జరిగినది. ఆమెనామమున నొక పెద్దవీధి నేఁటికిని లాహోరునందున్నదఁట. అనార్కలీగోరీ యిప్పటికిని లెస్సఁగాఁ గాపాడఁబడుచు, నేఁటేఁటఁ దత్సమీపమున వేనవేలు పేదవారి కన్నప్రదానము చేయఁబడుచుండునఁట. అట్టి యథార్థవిషయముం దెలుపునపుడు నాటకలక్షణమునకు భంగము గల్గునని యెంచక, దానిని విషాదాంతముగానే వ్రాయుట తగవని యూహించితిని. భాసకవిరచించిన "ఊరుభంగము", ఆంధ్రనాటకపితామహులగు ధర్మవరము కృష్ణమాచార్యులుగారురచించిన "విషాదసారంగధరము" మున్నగునవి నావెఱపును దీర్చినవి. కావున విషాదాంతముగానే దానిని ముగించితిని. అందులకుఁ బండితులు నన్ను మన్నింతురుగాక యని వేఁడుచున్నాను.

ప్రదర్శనమునప్పుడు గాంచిన మిత్రులు కొందఱు దానిని సుఖాంతముగా మార్చిన, దుఃఖకథఁ జూచుటవలనఁ దమకుఁగల్గిన

విషాదభారము తగ్గుననియు, టెన్నిసన్ మహాకవిసైతము షేక్స్పియర్ నాటకములలోని సుఖాంతనాటకమగు సింబలైనునే మెచ్చెననియు, సత్యవర్తనమునకు జయము సూపుటే తగునుగాని యపజయము చూపుట ధర్మవిరుద్ధమనియుఁ జెప్పి, యెటులేని గథను సుఖాంతముగాఁ జేయుమని నా కుపదేశమిచ్చిరి. జయమన్న భౌతికసుఖములలో జయమనియే వారూహించిరి. అనార్కలీ కీలోకమున జయము కలుగకున్నను బరలోకమున జయము పూర్తిగాఁ గల్గిన దనవచ్చును. పరలోకముపట్ల నమ్మకము లేనివా రామె మనస్థైర్యముచే నక్బరుం జయించినదని యెఱింగి సంతసింపవచ్చును. అదిగాక, యనార్కలీ సలీమును బెండ్లాడి సుఖించినదన, నామెయు నంబరరాజకుమారివలెనే లోకముతోఁ బాటిదేయగునుగాని, లోకాతీతచరిత్రయై, దేవతాసన్నిభురాలు కాఁజాలదు. అప్పు డీనాటకమునకే ప్రయోజనముండదు. మా పిఠాపురము మహారాజావారు కరుణారసార్ద్రమనస్కులు. వారు విషాదాంతనాటకరచన కడ్డంకి చెప్పమనియుఁ, బ్రయోగమున మాత్రము తాము చూడఁజాలమనియు సెలవిచ్చిరి. అట్టి నవనీతహృదయుల కోమల మనంబులకు నొవ్వుగలుగకుండఁ జేయుటయు మేలనితోఁచి, కడపట నెట్టిమార్పుఁ జేసికొన్న సుఖాంతమగునో యాసూచనలును నిందుఁ దెలిపితిని. శ్రీమహారాజావారిసమక్షమున నట్టిమార్పుతో నీనాటకముం బ్రదర్శింపఁజేయుభాగ్యమును గాంచితిని.

నా నాటకరచన పూర్తికాకమునుపే నటావతంసులగు స్థానము నరసింహారావుగారు దానిని విని మిగులఁ బ్రశంసించి మొదటఁ దామే ప్రదర్శింతుమని నడిమి వ్రాఁతప్రతి వారియొద్దనే కొన్నాళ్ళుంచికొనిరి. కాని, వారి రామవిలాససభ చెదరియుంటచేఁ గాఁబోలు వారు ముందుగాఁ బ్రదర్శింపలేకపోయిరి.

అంత ది 24-5-30 తేదీని గయూంకన్నూ ఆంధ్రసేవాసంఘము వారు మొదట దానిని జయప్రదముగాఁ బ్రదర్శించిరి. వారిలో నాయికాపాత్రధారియగు చి॥ బి. వి. నరసింహారావు కడునిపుణముగ నటించి యెల్లర మెప్పును గాంచెను. తర్వాత నెందఱో నాటకసంఘములవారు దానిం బ్రదర్శింపఁ గుతూహలపడి నాయనుమతి నడిగిరి. వారిలోఁ గొందఱు సిద్ధపడియున్నారు. కొందఱు తయారగుచున్నారు.

ఈనాటకమచ్చులో 169 పుటల గ్రంథముగానున్నను, ప్రదర్శించుటకు విశేషకాలముపట్టదు. పెద్దచ్చులో విరివిగా ముద్రించుటచే నన్నిపుటలు కాన్పించుచున్నవే గాని, చిన్నచ్చులో బళ్ళారివారి నాటకములవలె ముద్రించిన వానికన్నను జిన్నదిగా నే తోఁచును. నాటకప్రదర్శనము రసభంగము కాకుండ గొంచెకొంచెముగాఁ దగ్గించుకొన్న, మొదలుపెట్టిన నాల్గుగంటలలో ముగింపవచ్చును. ఆతగ్గింపులు నన్నే చేయుమని కొందఱు కోరిరి. నటకుల సమర్థతనుబట్టి వారే యాపని చేసికొనవచ్చునని నేనట్లు చేయనైతిని. ఇప్పటి నట్టువుల యభిరుచుల కనుకూలములగు పాటలనుగూడఁ గొన్నిటిని రచింపుమని నన్నుఁ గొందఱు కోరిరి. నేను వానిని రచించియు నవియెల్లర కనుకూలములు కావేమోయను సంశయముచే నిందచ్చువేయింపనైతిని. హావభావప్రకటనముపట్ల నాయల్పబుద్ధికిఁ దోఁచిన యుపదేశముల నెడనెడ యిచ్చియుంటిని. అవి తగునని తోఁచునేని నుంపవచ్చును; కాకున్నఁ ద్రెంపవచ్చును.

నాటకములోనికథ మహమ్మదీయులకు సంబంధించినదిగావున, నిందలిభాషయుఁ దురక తెనుఁగైయుంటమేలని కొందఱనిరి. వారు బ్రహ్మశ్రీ వేదము వేంకటరాయశాస్త్రిగారి నాదర్శముగాఁ దీసికొనుమనిరి. నాకది నచ్చలేదు. ఉత్తమపాత్రలకట్టి భాషామిశ్రమముఁ జేసిన

కొంచెల రసభంగ మగునేమోయను భయము గలిగినది. నీచపాత్రల కట్టిభాష యించుక యనుకూలమే యైనను, నేనదియు వ్రాయకుంటిని. తెనుఁగన్నఁ నెట్టిదియో యెఱుఁగని యక్బరుబాదుషాకు సలక్షణమైన తెనుఁగే వచ్చునని తలఁచుట మేలని యూహించితిని. హరిశ్చంద్రుఁడు, నలుఁడు, తెలుఁగువారు కారుగదా? వారికి నుత్తమాంధ్రమిట్టులుపయోగించుచున్నామో, యటులే యుత్తమపాత్రలగు మహామ్మదీయులకును దగును.

నా నాటకమును స్థాలీపులాకన్యాయమునఁ జదివిచూచి సంతసించి, యత్యంతదయతో నాకగునచ్చు వ్యయమునంతయుఁ దమసోదరీమణులును, శ్రీకోలంకవీరవరసంస్థానముల కధీశ్వరాండ్రును, నగు శ్రీరాజా రావు రామాయమ్మారావు బహద్దరు జమీందారిణివారిచేఁ జాలకాలము క్రిందనే నాకు విరాళముగా నిప్పించిన శ్రీరాజా చెలికాని సూర్యారావుగారికిని, వారి సోదరీరత్నమగు శ్రీకోలంకవీరవరరాజ్ఞీమణికిని నేనెంతయుఁ గృతజ్ఞుఁడనై వారి కాయురారోగ్యముఖ్యభాగ్యము లలవర్ప సర్వదా యీశ్వరుఁ బ్రార్థించుచుందును.

హైందవపాశ్చాత్య నాటకసంప్రదాయముల లెస్సఁగా నెఱింగి యాంధ్రదేశమున కాదర్శభూతమైయుండు నట్టు లొకయుత్తమనాట్యసంఘమును స్థాపించి, సత్కవులచేఁ బెక్కురూపకముల విరచింపించి, నాట్యకళను బత్తెలంగులఁ బోషించుచున్న పండితప్రకాండులు, దేశభక్తి పరిపూరితులై బహుపరిశ్రమల నుద్ధరించి దేశదారిద్ర్యమపనయింపఁ బూనిన మహాత్ములు, సౌమ్య వినయ ముఖ్య సద్గుణోపేతులు, వైశ్యకులావతంసులు, జమీందారులు నగు శ్రీమోతే నారాయణరావుగారు నాకృతికన్యం గాంచి, యున్న కొలఁదిసుగుణములకు ముదితులై, దాని నేలుటకు సమ్మతించి నా కానందముం గూర్చినందుల కెంతయుఁ గృతజ్ఞుఁడను. శ్రీనారాయణరావుగారును దత్కుటుంబ

మును దీర్ఘాయురాది సంపదలంది చిరకాలము మనుదురు గాత మని దీవించుచున్నాను.

తాము మిగుల దూరదేశంబున నుండియు, దొరతనమువారి యుద్యోగమందు నిమగ్నచిత్తులైయుండియు, నాజాబందిన వెంటనే నాకృతిపుత్త్రిక కలంకారముగానుండునట్లు తమ సహజమృదుమధుర శైలిని నాందీ ప్రస్తావనలు వ్రాసిపంపిన బ్రహ్మశ్రీ అనంతపంతుల రామలింగస్వామిగారికిఁ బ్రణతులు సమర్పించుచున్నాను. వారు సకుటుంబ బంధుపరివారముగా దీర్ఘాయురారోగ్య శ్రీలఁగాంతురుగాక యని నాయిష్టదైవతములఁ బ్రార్థించుచుందును. నాగ్రంథమందున్న గుణలేశమును గ్రహించి సదభిప్రాయము లొసంగిన పండిత మిత్రులకుఁ గృతజ్ఞతానతు లిడుదును.

ఈనాటకము పూర్తిగా నచ్చుకాక మునుపే తమకడ కంపఁబడినను, దీనిని దయతో స్వీకరించి, యౌచిత్యముం గ్రహించి, 1933 సం రములో జరగు "ఉభయభాషాప్రవీణ (విద్వాన్)" పరీక్షకుఁ బఠనీయగ్రంథముగా నియమించి నాకత్యంతగౌరవముం గూర్చిన శ్రీ యాంధ్రవిశ్వవిద్యాలయము వారికి నే ననేక కృతజ్ఞతాప్రణామము లిడుచున్నాను. మఱియుం దీనిం ద్వరితగతిని ముద్రించి యిచ్చిన శ్రీ కాకినాడముద్రాక్షరశాలాధికారులకును నాకృతజ్ఞతావందనము లర్పింతును.

కాకినాడ
సూర్యారావుపేట,
20—3—31.

ఇట్లు, బుధ జన విధేయుఁడు,
వింజమూరి వేంకటలక్ష్మీనరసింహారావు.
కృతికర్త.

సుఖాంతనాటకముగాఁ జేసికొనుటకు సూచనలు.

162 పుటలో 16 వ బంతి తీసివైచి యందు "(తాపిపనివానిని సంజ్ఞచేఁ బిలుచును. వాఁడు దగ్గఱకు రాఁగా రహస్యముగా) ఓయీ! ఆగోడకొకప్రక్క నొక సొరంగ మేర్పాటుచేయించియుంచితిని. గోడ పేర్పు పూర్తికాఁగానే యాసొరంగపుఁ దలుపు తెఱచి యనార్కలీని దానిగుండ భద్రముగాఁ గొనిపోయి లోన దాఁచుము. ఇది రెండవ ప్రాణికిఁ దెలియరాదు. తెలిసిన, నీతల యెగురును. జాగ్రత్త. పొమ్ము.

(నిష్క్రమించును.)

169 పుటలో 11 వ పంక్తినుండి యక్బరుమాటలు తీసివేయవలెను. వానికిబదులిట్లు వ్రాసికొనవచ్చును.

అక్బ—అమ్మాయీ ! ఇదంతయు నీభర్తను బరీక్షించుటకు నేఁ జేసినతంత్రమని యెఱుఁగుము. అనార్కలీ మృతిఁజెందలేదు. ఆమె యిం దమర్పఁబడిన యంతర్గృహమున భద్రముగాఁ గాపాడఁబడుచున్నది. ఇఁక మీయందఱికోరికను బట్టి యామెనిచ్చి సలీమునకు నిప్పుడే పరిణయము గావింతుము. వానికిఁ దెలివిరానిమ్ము. (సలీమించుక చలించును.) నాయనా! లెమ్ము. నీయనార్కలీ మృతిఁజెందలేదు. ఆమె సజీవయై యొకభద్రస్థలమున నున్నది.

సలీ—(దిగ్గునలేచి) తండ్రీ! నిజమా? ఏది, నాయనార్కలీయేది?

అక్బ—(నవుకరుతో) ఓరీ! తాపీమేస్త్రితోఁ జెప్పి యనార్కలీనిటు తోడితెమ్ము. (కొడుకుతో) కుమారా ! ఇఁకఁ గలంగకుము. నీవామెకరముబట్టి సుఖింపవచ్చును. ఈపరీక్షవలన మీయుభయుల కీర్తులు మఱియుం బ్రకాశింపఁగలవు. (అనార్కలీతో భటుఁడు ప్రవేశించును. నాయికానాయకులు పరస్పరానంద పరిరంభ మొనరింతురు. అక్బరు వారిరువురిహస్తములంగలుపును.) అనార్కలీ! నీవు నాకోడలివైతివి. కాని నీసంతతికి మాత్రము రాజ్యమందుహక్కుండదని యెఱుంగుము. (అంబరరాజకుమారితో) రాట్కుమారీ! రేపు మహావైభవముతో ననార్కలీసలీముల యుద్వాహము గావింతముగాక. ఇంకేమిగావలయును. అయిన నిట్లగుఁగాక.

పండితాభిప్రాయములు.

బ్రహ్మశ్రీ విద్వాన్ కోపల్లి శివకామేశ్వరరావుగారు, P. O. L.
ఆంధ్రోపన్యాసకులు, పి. ఆర్. కాలేజి కాకినాడ.

(1) మిత్రులు బ్రహ్మశ్రీ వింజమూరి నరసింహారావుగారు రచించిన యనార్కలీ యను రూపకమును బ్రదర్శనమునప్పుడు చూచితిని. ఈరూపకమునఁ గరుణము ప్రధానమగురసము. తత్తద్రసానుకూలములగు వర్ణనములు మనోహరములుగానున్నవి. " అపిగ్రావారోదితి " యనునట్లిందు రసముబలుపొంది వికసించుచున్నది. రసము సుఖదుఃఖాత్మకమను నార్యోక్తి నెఱిఁగినవారికిని, గరుణమును సుఖాపాదమే యను నాలంకారికప్రమాణము నెఱిఁగి యనుభవింపఁగల సహృదయులకును నిదియానందమును గూర్పకపోదు. కవితయు రసానుకూలమగు కైశికివృత్తిచే నలరారుచున్నది.

(2) శ్రీయుత ఉమర్ అలీషా కవిగారు, పిఠాపురము.

ఉ. శ్రీయుత వింజమూరి నర । సింహకవీంద్రుఁ "డనార్కలిన్"సుధా
ప్రాయముగా రచించెఁ గడు । రమ్యతఁ గూర్పఁగ నాంధ్రలోక మం
దీ యపురూపరూపకము । నెల్లరు మెత్తురు, భారతీయ జా
తీయతకున్ దురష్కకుల । తీర్థతకుం గలమైత్రిఁ బెంపఁగన్.

(3) మ. రా. రా. కవిభూషణ, కవిరాజ శ్రీరాజా వత్సవాయ వేంకటనీలాద్రిరాజుగారు, కొత్తాం సంస్థానకవీంద్రులు, తుని.

అస్మచ్చిరమిత్రులు బ్రహ్మశ్రీ వింజమూరి లక్ష్మీనరసింహారావుగారి " అనార్కలీ " అను నపూర్వవిషాదాంతరూపకమామూలాగ్ర

ముగ నవలోకించితిమి. భాషామాధుర్యమువలననేమి కథానాయికానాయకమనఃపరిణామనిరూపణము వలననేమి పాత్రపోషణమువలననేమి యీదృశ్యము మాహృదయము నధికముగ నాకర్షించెననుటలో నతిశయోక్తి యణుమాత్రమయినను లేదు. ఏతత్ప్రయోగముం దిలకించునప్పు డచ్చటచ్చట కాళిదాసకవిసార్వభౌముని మాళవికాగ్నిమిత్రమునందలి వస్తువిలసనంపుం జాయలును బర్యవసానమున నాంగ్లేయ సాంప్రదాయపుం బోలికలును నంతరంగమునం బరిస్ఫురింపుచువచ్చినవి. విషాదాంతరూపకములు ప్రాయికముగ నాయికాపవాదమూలకములు, కాని యీదలివిషాదాంతత్వము రాజకీయమూలకము. మొత్తము మీఁద నియ్యది ప్రాచ్యపాశ్చాత్యసాంప్రదాయద్వైరాజ్యశోభావహంబై యుభయభాషాప్రవీణసమ్మోదసంధాయకంబై యాంధ్రనాటకరంగమున కపూర్వరామణీయక మలవరించి యాంధ్రుల మన్ననకుం బాత్రముగాఁ గలదని విశ్వసింపుచున్నాము.

(4) బ్రహ్మశ్రీ విద్వాన్ సోదరులు, అ. వేం. సుబ్రహ్మణ్యశాస్త్రిగారు, అ. కామేశ్వరశర్మగారు, పి. ఆర్. కాలేజి, మెక్లారెన్ హైస్కూలుల నాంధ్రోపధ్యాయులు. ...

బహుగ్రంథకర్తలును, అనేకభాషానాటకసాంప్రదాయకోవిదులును, సహజవాక్చమత్కారశాలురు నగు శ్రీనరసింహారావుగారి యీ "అనార్కలీ" నాటకము సర్వజనమనోరంజక మగుటకు సందియముండదు. ... ...

ఏతద్గ్రంథకర్తలును, మామిత్రులునగు శ్రీనరసింహారావుగారికిలోధిక గ్రంథరచనా కుతూహలమును, ఆయురారోగ్యైశ్వర్యములను నొసంగి దేవుఁడు కృపఁ జూచుఁగాత.

(5) బ్రహ్మశ్రీ ఉభయభాషాప్రవీణ, కాశీభట్ల అప్పయ్య శాస్త్రిగారు, సంస్కృతాంధ్రోపాధ్యాయులు, మిషను హైస్కూలు, పెద్దాపురము. ... ...

ఇప్పుడు రంగస్థలమునం బ్రదర్శింపఁబడు నుత్తమనాటకముల లోఁజేరి యిది యుత్తమస్థానము నాక్రమించుననుటకు సందేహము లేదు. వీరు చిరకాలమునుండి కవులయియుండుటయే కాక నటకావతంసులయి ప్రతిభఁ గాంచినవారగుటచేఁ బ్రదర్శనానుకూలముగ నీనాటకము లోపరాహిత్యమై వెలయుచున్నది. కవిత్వము శైలి కడుఁ జక్కఁగ నున్నది. ... ...

(6) బ్రహ్మశ్రీ ఉభయభాషాప్రవీణ, దువ్వూరి సూర్యనారాయణశాస్త్రిగారు, పి. ఆర్. కాలేజిహైస్కూలు పండితులు, కాకినాడ. ... ...

అతిమృదుమధుర పదభూయిష్ఠమై లలితగతినినొప్పారుచున్నది. కథాభాగముగూడ మంచినీతుల బోధించుచున్నది. మఱియు నీనాటకరాజమును నాట్యరంగమునఁ జూచిన ప్రతిమనుజుని మనంబునను నానంద పులకాంకురము లంకరింపకమానవు. ... ...

(7) బ్రహ్మశ్రీ ఉభయభాషాప్రవీణ, గాథావఝ్ఝల రామావధానిగారు, రక్షణోదయ క్రైయిస్తవ హైస్కూలు పండితులు, కాకినాడ

చ. చమత్కృతకుం బ్రదర్శనము నల్పుటకుం దగురీతిఁ జక్కనౌ
పదములఁగూర్చి మీరు బుధవర్గము మెచ్చ, మనోజ్ఞభావసం
పదదనరన్ రచించిన ప్రబంధ మనార్కలి రూపకంబు స
మ్ముదమొదవంగఁజేసెఁ బరిపూర్ణ రసోత్కర సిద్ధిగల్గుటన్.

... ...

(8) బ్రహ్మశ్రీ శ్రీపాద లక్ష్మీపతిశాస్త్రిగారు, శ్రీసూర్యరాయాంధ్ర నిఘంటుకార్యస్థాన ప్రధానపండితులు, పిఠాపురము.

బ్రహ్మశ్రీ మహారాజశ్రీ వింజమూరి లక్ష్మీనృసింహారావుగారు రచించిన యనార్కలీ నాటకము ప్రదర్శించుచుండఁగఁజూచి మిగుల సంతసించి మూలగ్రంథముగూడఁ గొంత చదివితిని. నాటకమునకుం బ్రధానము కరుణరసము. అది వెల్లివిరిసి పాఠకులయుఁ బ్రేక్షకులయు హృదయసీమల నాక్రమించి యానందవార్ధి నోలలాడించుచున్నది.

నాటకకథయే రసాలయము. కథకుఁదగిన కవితాధారయుఁ గల్పనాదులును దానికిఁ దెచ్చిన యంద మింతయని చెప్పఁజాలననుట యతిశయోక్తిగాదు.

రసావహముగాను సలక్షణముగాను దేశకాలపాత్రానుసారముగాను నాటకము రచించి యాంధ్రభాషాయోషకు మహాభూషణ మర్పించిన యీకవి యెంతయో ప్రశంసనీయులని వేఱచెప్పనక్కఱలేదు. వీరికిఁ దగినంత ప్రోత్సాహము గలిగించి యాంధ్రులు తమ కృతజ్ఞతను దెలుపఁదగునని నాహృదయ మిందుఁ బ్రకటింతు.

(9) బ్రహ్మశ్రీ వెంపరాల సూర్యనారాయణశాస్త్రిగారు, శ్రీసూర్యరాయాంధ్రనిఘంటు కార్యస్థానపండితులు, పిఠాపురము.

పాత్రోచితమగు కవితానైపుణియు, ననుకూలములగు రసోచితరచనా విశేషములును, నీకవివరుని సొమ్మనకతప్పదు.

సర్వవిధముల నీనాటక ముత్తమోత్తముగా నున్నదనియు, నాంధ్రభాషాయోష కిదియొక నూతనామూల్యాలంకారముగా నున్నదనియు నాయభిప్రాయము,

(10.) మ. రా. శ్రీ. శతావధాని, మలకపల్లి చిన్న శేషగిరి రావుగారు, సహాయాంధ్రోపాధ్యాయులు, మెక్లారిన్ హైస్కూలు, కాకినాడ. ... ...

ఉ. ఓలిసుధారసాంచిత మృ।దూక్తి భవత్కవితైకవాహినీ
జాలమునఁ బ్రభూతమగు। సత్కృతి రత్నకలాపమం "దనా
ర్కాళి," సమస్త సజ్జనక। రస్థలి కామలకాయమానమై
గ్రాలెడుఁగానఁ బాలక ము।ఖావళి కియ్యది చాలయోగ్యమౌ.

... ...

(11) బ్రహ్మశ్రీ శతావధాని, పిసుపాటి చిదంబరశాస్త్రిగారు పిఠాపురము.

ఉ. మాటకుమాటకున్ గవన। మాధురి చిప్పిలుచుండ, భావముల్
తేటతెనుంగులై ప్రతిఫ।లించుచునుండ మనంబునందు, వే
యేటికి, నొక్కడున్ రసము।లెల్లను గూర్చిన యీ యనార్కలీ
నాటకకర్త కీశ్వరుఁ డ।నంతసుఖంబు లొసంగుఁగావుతన్.

(12) బ్రహ్మశ్రీ సూరవరపు పురుషోత్తమశాస్త్రిగారు, పి. ఆర్. కాలేజి హైస్కూలు పండితులు, కాకినాడ.

మ. కవనైపుణ్యము మీరఁగాఁ గరుణశృం।గారంబులం గూర్చి పే
ర్చెడుమాధుర్యముఁ జిప్పిలంగ నినమీ। చిత్రప్రభావం బదె
య్యెడ మెచ్చంగనుఁగాదె, మీరిటులనే। న్నేనింబ్రబంధాల వ్రా
సెడి శక్తిన్నతులిచ్చుఁగాతమని ప్రార్థింతున్ జగద్రక్షకున్.

ఈ నాటకమున వచ్చు పాత్రలు.

పురుషులు—

అక్బరు—ఢిల్లీచక్రవర్తి.
సలీము—యువరాజు, కథానాయకుఁడు.
ఖానుమార్—చక్రవర్తికిఁ బంట్లుపంపువాఁడు.
మవజన్—మసీములోని యధికారి.
వీరబలుఁడు—మంత్రియుఁ జక్రవర్తికి వేడుకచెలికాఁడును.
కవులు—నలువురు.
రక్షకభటులు—ఇరువురు.
దౌవారికుఁడు—ఒకఁడు.
మెహర్ తండ్రి—ఒక యున్నతోద్యోగి.
తాపీపనివాండ్రు—కొందఱు.
కొజ్జాలు—ఇరువురు.

స్త్రీలు.

అనార్కలీ—కథానాయిక.
అంబరరాజకుమారి—యువరాజు పెండ్లిభార్య, క్షత్రియకాంత.
మెహరున్నిసా—రాణియొద్ద దాసి.
సోఫియా—ఖానుమారు భార్య, కోట దాసి.
మెహర్ తల్లి—సుమారు 40 యేండ్ల స్త్రీ.
అనార్కలీ తల్లి—జబ్బుతోనుండు ముసలిది.

శ్రీరస్తు.

నాంది.

మ. ఉడుసంఘంబులె రాణు, లంబరసమా।ఖ్యోర్వీప్రదేశంబె యే
లెడు రాజ్యంబు, స్వకీయసత్ప్రతిభఁ దా।నీ నేర్చుభానుండె కూ
ర్చెడు మిత్రుండుగ, నొప్పుశీతకిరణున్ । శీర్షావతంసంబుగాఁ
బడయంజాలెడు చంద్రశేఖరుఁడు స।భ్యశ్రేణిఁ గాపాడుతన్.

మ. రతికాంతున్ యువరాజుగా, వసుమతీ।రత్నంబు దేవేరిగాఁ
దతధర్మస్థితిఁ గూర్చుచే పరమక।ర్తవ్యంబుగా నెంచి యీ
క్షితిఁ బాలించెడు చక్రవర్తి కమలా। సీమంతినీనాథుఁ డ
చ్యుతుఁ డీసభ్యులకిచ్చుఁగావుత సదా।శుంభద్విశేషోన్నతుల్.

[నాంద్యంతఁబున సూత్రధారుఁడు ప్రవేశించి]

—(తెరవంకఁదిరిగి) నటీ! యింకను నీయలంకరణము ముగియ లేదా?

—(తెరలోనుండియే) ఆర్యపుత్రా! ముగియవచ్చినది. కొంచెము సేపు తాళుఁడు. వచ్చుచున్నాను.

—తాళక నేఁజేయునదియేమి? నీవసలే యలసగమనవు. దానికిఁదోడు తొడవులు తొడిగికొనుట కొకకొంత యలసతయా?

—(ప్రవేశించి) నాథా! తామెంత యనలసగమనులైనను నలసగమనల నైజగమన మనుగమింపఁ జాలకుంటిరే!

—అవు నవును. నీవు గాత్రమునేగాక భాషనుగూడ నలంకరించుకొనుచున్నట్లున్నది.

నటి—అదియంతయుఁ దమసాంగత్యప్రభావముననేగదా? దానీ కేమిగాని, నన్నేలరమ్మంటిరి?

సూత్ర—మనపురనాట్య సంఘమువారు నేఁడొక నాటకమును బ్రదర్శింపనుండిరి. అందు స్త్రీపాత్రలు విశేషముగ నున్నవి. వారింగ్గై సేయ నీవు తోడ్పడుదువని తలంచి నిన్నురమ్మంటిని. కై సేతను నిన్నుమించిన చేయి లేదు. ఇంకనీ వక్కార్యంబు నకుం గడంగుము.

నటి—రూపకమేదో తెలిపినఁగదా! పాత్రలంగ్గై సేయుట?

సూత్రి—రూపకమా?—"అనార్కలీ."

నటి—ఇదియేమి పేరు? నాకర్థమేయగుట లేదే?

సూత్రి—అది యన్యభాషాపదమగుటచే నీ కర్థముకాకపోవచ్చును. "అనార్కలీ" యన నుర్దూభాషలో "దానిమ్మమొగ్గ" యని యర్థము.

నటి—ఈరూపకములో "దానిమ్మమొగ్గ" యొక్కపాత్రియా?

సూత్రి—అట్లుగాదు. అది కథానాయిక నామము. తన్నామసార్థకతకు నీ వామెను "దానిమ్మమొగ్గ" వలె నలంకరించుటయుఁ గర్తవ్యము.

నటి—ఈ నాటకేతివృత్త మొకమహమ్మదీయగాథయట్లున్నదే?

సూత్రి—చాలవఱ కట్టిదియే. ఇఁకఁగథాంశములను గూర్చిన ప్రశ్నములను గట్టిపెట్టి ప్రకృతకర్తవ్యము నూహింపుము. మున్ముందు ప్రదర్శనమున నవియెల్ల నీకే క్రమముగ గోచరించును లెమ్ము.

నటి—సరే. అటులనే కానిండు. కాని యీ నాటకమును రచించిన కవిఁగూర్చియైన నిప్పుడుగవచ్చునా?

సూత్రి—ఆవిషయము నీ వడుగకున్నను జెప్పఁదలఁచియే యుంటిని.

సీ. మునుగోల్పడినరాజ్య।మును రావుకులజుల
కు మరలఁ దెచ్చిన । కులమదెద్ది
చిరకాలముదనుక । శ్రీపీఠికాపురే
శ్వరమంత్రులనుగన్న । వంశమెద్ది
శాశ్వతకీర్తి వి।స్తారులౌ పండిత
వరులుద్భవించు న।న్వయమదెద్ది
దానకర్ణులనంగఁ దనరారుశస్త్రజీ
వనులెసంగిన యన్వ।వాయమెద్ది

గీ. అట్టివింజమూరికుల మ।హాంబునిధికి
రోహిణీచంద్రు లనఁగ । బేరొందినట్టి
రత్నమాంబాసతీమణి । లక్ష్మణార్య
లనెడు పుణ్యదంపతులకు । నాత్మజుండు
వేంకట నృసింహ రాయ క।విప్రభుండు.

నటి—అట్లయిన మీ రాకవిని గూర్చి లెస్సఁగా నెఱుఁగుదురనియే తోఁచుచున్నది.

సూత్రి—నిజమే. ఆతఁడు నాకుఁ జిరపరిచితుఁడు. పెక్కుదృశ్య గ్రంథములు రచించినవాఁడు. అంతియేగాక,

సీ. పండిత పామర । బహుళప్రజారంజ
కారవిందాఖ్య కా।వ్యం బొకఁడు
ధారళశైలీ సు।ధారసాధారమా
ఘోషయాత్రాగ్రంథ । భూషయొండు
చిత్రకథాళిపై । చిత్రి చిత్రిత గోప
దంపతులను కావ్య । తరళమొండు
నవరసాలంకార । నవకళాపరిపూర్ణ
మల్లికాఖ్యాన స।న్మణియొకండు

గీ. ఆదిగాఁగల వచన కా । వ్యాళితోడఁ
దగఁ బ్రదర్శనయోగ్యంబు । లగు నూత్న
దృశ్యకావ్యములను వ్రాసి । దేశభాష
కవిరళసపర్య లొనరించు । కవియతండు.

నటి—నవరసములన్న జ్ఞాపకమువచ్చినది. ఈనాటకమున నేరసము-ప్రధానమో దయచేసి నొడివెదరా?

సూత్రి—ప్రకృతమున నీవంటిశృంగారవతులందుఁ బ్రస్ఫుటమగు రసమే. అదిగాక భవభూతికిఁ బ్రియమగు రసముగూడ దానితోఁగూడియున్నది. ఈరెండురసములకు సదా యవినాభావసంబంధమని నీవెఱిఁగినదేగదా? అది యీనాటకమునఁ దేటపఱుపఁబడినది.

నటి—ఇదియొక నూత్నవాదముగఁ దోఁచుచున్నది. కాని యిందుం గూర్చి మీతో మఱియొకసమయమున వాదింతును లెండు. కాలవిలంబన మగుచున్నది. నేనింక లోనికేఁగి నాధర్మములను నెఱవేర్చుకొనుటకు నాకు సెలవొసంగుఁడు.

సూత్రి—కొంచెమాఁగుము. పూర్వాచారపద్ధతిని నీవిట నాచరింపవలసిన ముఖ్యధర్మ మింకొకటికలదు, ఆధర్మమును నెఱవేర్చి నీవు లోనికేఁగవచ్చును.

నటి—అది యేది?

సూత్ర—ఈనాటకరసానుగుణమగు వృత్తిని ఋతువర్ణనముఁగావించుట.

నటి—ఓహో! తెలిసినది. వసంతర్తువును వర్ణింపుమందురు కాఁబోలు.

సూత్ర—అవును. ఆవర్ణనమును నీమృదుమధురస్వరమున నొనర్చి సభ్యులను రసప్రవాహ ప్రవిష్టులను గావింపుము.

నటి—చిత్తము.

సీ. లతకూనకౌఁగిళు । లను జొక్కి మధుపాళి
మందరశ్రుతిరతి । మలయు వేళ
పల్లవరుచిరాను । భవమునఁ గలకంఠి
పంచమస్థాయిని । పాడు వేళ
సరసులసాంగత్య । గరిమ హంసాంగన
సలలితనటనంబు । సలుపు వేళ
ఘనతరులామోద । గర్వాన మిన్నంది
యొయ్యనఁ దమతల । లూపు వేళ
గీ. రాగమునఁ గొమ్మలొగివిఱ్ఱ । వీఁగు వేళ
నవ్యవనమాలికా భామ । ణములు గ్రాల
మాధవుఁడు విశ్వరంగాన । మసలు వేళ
రక్తియును ముక్తియగుట క । బ్రంబదేల ?

సూత్ర—

మ. మదిరాక్షీ ! భవదీయగానరసపు । న్మాధుర్య మానందసం
పదఁ జేకూర్చె, నచేతనత్వమును నా । పాదించె నంగంబులన్
సదిరాసుందరిశ్రావ్యనిస్వనము పి । న్నంతన్ గథానాయకుం
డదిరా ! కాలుగదల్ప లేకునికి యం । దాశ్చర్యమిం కేలొకో !

మహానందమయ్యె. తనివితీరుట లేదు. మఱియు నీరాగరసము ననుభవింతమన్నఁ గాలవిలంబనమగునను భీతి పొడముచున్నది. కావున లోనికేఁగి మనమింకను జేయవలసియున్న పనులను జేసికొందము రమ్ము. (నిష్క్రమింతురు.)

(ఇది ప్రస్తావన.)

అనంతపంతులు రామలింగస్వామి.

ఓమ్

అనార్కలి.

ప్రథమాంకము.

ప్రథమరంగము.

రంగము—ఆగ్రానగరములోని యొకమసీదుముంగిటభాగము.

[ప్రవేశము—నదిరాయను పదునెనిమిదేండ్లయువతి జబ్బుతో నున్న తనతల్లి నొకకంచరగాడిదపై నెక్కించి తా నామెప్రక్కనే నడుచుచు వచ్చును. తల్లిని మెల్లఁగాఁ గ్రిందికిదింపి మసీదుద్వారసోపానములమీఁదఁ బండుకొనఁబెట్టి, వేసడమును సమీపవృక్షమునకుఁ గట్టును.]

నది—(ఆయాసపడుచు నొకమెట్టుపైఁ గూలఁబడి, గొప్పనిట్టూర్పుతోఁ దనలో) ఈశ్వరా! ఏనాఁటికిఁ దఱుఁగును మా కీకష్టములు? ఇంతటనైన నీదయారసార్ద్రశీతలదృష్టి మాపై మరలింపవా? ఆర్తత్రాణపరాయణుఁడ వందురే! నీ కీయుపేక్ష చెల్లునా? ప్రభూ! ప్రభూ!

సీ. సకలసంపదలతో । స్వర్గమట్లుండు మా
గృహవైభవం బెల్లఁ । గడసిపోయె,
జననికన్నఁ బ్రియమౌ । జన్మదేశము వీడి
యడవిదారులఁ బట్టి । నడువనయ్యె,
పూఁటకుగతినీక । పొక్కింపఁగాఁబోలు
దొంగలగుమి నిల్వుదోపుఁగొనియె,

ఇన్నిచిక్కులు చాల । వన్నెట్టు లయ్యయో!
　　　　　ప్రియజనకుఁడు ఘోర । మృతినిఁ గాంచె,
గీ. అన్నిబాధలు సైరించి । యున్నఁగాని
స్వామి! నీకు మాపైఁ గొంత । జాలిలేదె?
ఈవిపద్వార్ధి దాటింప । నిప్పుడైన
నావరూపంబుతో రమ్ము । దేవదేవ!

ప్రభూ! కడచిన యాపద్విశేష మెట్టులున్నను, నిఁకముందైన మా యందుఁ గృపవహించి మాయమ్మ దేహదౌర్బల్యమును బాపి శీఘ్రముగా నారోగ్య మొసంగి మమ్ము రక్షింపరావా? మునుపటియైశ్వర్యము లొందకున్నమానె, నెవ్వరికడనైన దాస్యవృత్తియేని ప్రసాదింపుము. జీవములనైన నిలుపుకొందుము. (కన్నీరు గిరుక్కునఁ దిరుగ దుఃఖమగ్నయై మోఁకరించును.)

తల్లి—(నీరసముగా) న-దీ-రా! న-దీ-రా! (పిలుచును.)

నది—(ఆత్రముతో) అమ్మా! అమ్మా! ఏమికావలయును? (చెంత కేఁగును.)

తల్లి—(ఆయాసముతో దాహమునకై సంజ్ఞచేయును.)

నది—(తమకూజా కదల్చిచూచి) అయ్యో! నీ రైపోయినదే! ఇక్కడ జల మెవరిత్తురు నాకు? (లేచి నల్దిక్కులఁ జూచుచు) అకటా! రాత్రి జాముమీఱియున్నట్లున్నది. ఎక్కడను మనుష్యసంచారము గోచరింపదు. ఇప్పు డెవ్వరినడిగి జలము తెత్తును? మరల నాసత్రమునకుఁ బోయి యెవ్వరినేని యడుగుదునా? ఆసత్రశాలాధికారి యిదివఱకు నోటితోనే పొమ్మని చెప్పియున్నాఁడు; కాని, యిప్పుడు కఱ్ఱఁదీసికొనివచ్చి తఱుమునేమో! ఇం కేమిసేయుదును? (దృష్టి నిగిడించిచూచి) ఎవ్వఁడో కావడివైచుకొని యీదారినే వచ్చుచున్నాఁడు. వానినడకలీ

రును, గావడి నూఁచువిధమును బరికింప, నతఁడు నీళ్ళే తెచ్చు
కొనుచున్నట్లు తోఁచుచున్నది. (అతఁడుసమీపింప) ఆఁ! నీరే!
ఆఁగి యడుగుదునుగాక. (మెట్లుదిగి కావడి కెదురుపోయి),
సోదరా! ఇది మంచినీరేకదా?

కావ—అమ్మా! మంచినీరే. ఏల యిట్టు లడుగుచున్నావు?

నది—మాయమ్మకుఁ జాలజబ్బుగానున్నది. ఇప్పుడు దాహబాధ
యెక్కుడుగానున్నది. దయతోఁ గొంచెము నీరిచ్చి పుణ్యముఁ
గట్టుకొనుము.

కావ—(కావడిదింపి) అమ్మా! మంచినీటికే భాగ్యమా? ఇదిగో! పు
చ్చుకొనుము. (నదిరా కూజాలోఁ గొంత నీరుపోయును.)

నది—(ఆనీటిని గొనిపోయి మెల్లఁగాఁ దల్లినోటిలోఁ బోయును.)

తల్లి—(ఆయాసపడుచు నాల్గుగ్రుక్కలనీరుత్రాగి యించుక తేఱుకొని)
నాయనా! నీకుఁ బెక్కుసలాములు. దారిలో మాకీనీరే కఱ
వయ్యెను. నేఁటికిఁ దృప్తిఁదీఱ నిన్నితియ్యనినీళ్లు త్రావుభా
గ్యము లభించినది.

నది—సోదరా! ఈనిశాసమయమున నాకు నీ రెక్కడదొరకునాయని
చూచుచుండ, మాయమ్మయదృష్టముచేత నీవు కనఁబడితివి.
నీమూలమున నామెప్రాణములు నిలిచినవి.

కావ—అమ్మా! ఈపట్టణమున నీటి కేకొఱంతయును లేదు. మీ రీ
యూరికిఁ గ్రొత్తవారుగాఁబోలు, నెచ్చటబావులున్నవో, యె
ఱుఁగకుంటిరి. ఆకనఁబడుతోఁటలోనే యొకదిగుడుబావికలదు.
నేను దివాణపునౌకరిని గాన, నాకొలువు ముగించుకొని
యింటికివచ్చుసరికి కాలస్యమైనది. ఇంటికి వచ్చిచూడ మంచి
నీళ్లు లేకపోయినవి. అందుచే నింతరాత్రివేళ నీళ్ళకుఁ బోయి
యుంటిని,

నది—దైవమే నీ కింట నీళ్లులేకుండఁజేసి మాయక్కఱఁదీర్పించుటకై
నిన్నిట్లు పంపియున్నాఁడుసుమా!

కావ—అమ్మా! మీ రెవరు? ఎక్కడనుండి వచ్చుచున్నారు? ఏల
యిచ్చట నిలిచియున్నారు?

నది—నాయనా! మాది పారసీక దేశము. మేము పూర్వ మైశ్వర్య
వంతులమే. కాని కాలక్రమమున మాసంసారమంతయుఁ జితి
కుటచే, మేము పువ్వులమ్మినయూరఁ గట్టె లమ్మఁజాలక,
యీ దేశమునందలి మొగలాయిఫాదుషావారి నాశ్రయించి
జీవింపఁదలఁచి యిక్కడికిబయలుదేఱి వచ్చుచుంటిమి. దారిలో
మమ్ము దొంగ లెదుర్కొని మాసొత్తంతయుఁ గొల్లఁగొని
(గద్గదకంఠముతో) మాతండ్రిని ఘోరముగాఁ జంపివైచిరి.
ఇదివఱకే క్రుంగియున్న మాయమ్మ, భర్తమరణింప మఱియుం
గ్రుంగి రోగపీడితయైయున్నది. దైవకృపవలన నే నెట్టులో
యామె నీయూరు చేర్పఁగల్గితిని.

కావ—అమ్మా! మీకష్టకథ నాకుఁ జాలజాలిగొలుపుచున్నది. మీ
రింకను నిచ్చటనే యుంటి రేల? ఏసత్రమునకైనఁ బోయి
రేయిఁగడపి యుదయమున ముసలమ్మచికిత్సమాట చూడ
రాదా?

నది—నాయనా! మే మాయెదుటనున్న పెద్దసత్రమునకుఁ బోయి
తిమి. దానియధికారి యచ్చటఁ గుక్కలుండుటకైన సమ్మ
తించినాఁడు గాని, మమ్ము నిలువనీయఁడయ్యె. "ఇదిసత్రశాల
గాని, వైద్యశాలగాదు. రోగుల కిటఁ దావులేదు." అని సేం
శనముగాఁ బలికియున్నాఁడు. మా కేయిల్లును లేనప్పు డల్లా
యిల్లే మాయిల్లని భావించి యిక్కడికి వచ్చితిమి. కాని, దీని
తలుపులను మూయఁబడియుండుటచేత, నేఁటిరాత్రి కీసోష

నము లే మాకు హంసతూలికాతల్పములని యెంచి యాఁగితిమి.

—(ఆయాసపడుచు) బాబూ! నేను నోరెండి చావకుండ నింతనీ రిచ్చి నాకుఁ బ్రాణదానముచేసితివి. నీమేలు మఱవఁజాలము. నీ కల్లా సమస్తైశ్వర్యములు నిచ్చుఁగాక.

—అమ్మా! నాయైశ్వర్యములమాట కేమి, దేవుఁడు మీ కారోగ్యభాగ్యము లిచ్చి కాపాడుఁగాకయని నేను బ్రార్థింతును. నాకు సెలవు దయచేయుఁడు. (పోవును.)

—అమ్మాయీ! నీవుకూడఁ గొంచెము నీరుత్రాగి నాప్రక్కనే పక్కయమర్చుకొని పండుకొనుము. నేఁటికి నీ కిదియే యాహారము. మనకు దైవ మింతమాత్రమే యిచ్చియున్నాఁడు. ఆహా! ఏమికాలగతి! ఎంతటిసంసార మెట్టిగతికి వచ్చినది! (ఏడ్చుచు) బిడ్డా! మన కిఁకముందు దారియేది? ఎవరియండఁ జేరుకొందుము?

—అమ్మా! నీవు దుఃఖించినచో నాయాసపడుదువు. దాన నీరోగమెక్కువ యగును. తల్లీ! నీవు శాంతచిత్తముతోఁ బండుకొనుము. నారుపోసినదేవుఁడు నీరు పోయకమానఁడుగదా? పండుకొనుము. (తల్లికాళ్లు పిసుకుచుఁ జెంతఁగూర్చుండి తనలో) ఈనిర్జనప్రదేశమున మా కెట్టియాపదయుఁ గలుగదుగద? విలువగలసొత్తెల్ల నిదివఱకే పోయినదిగదా? ఇఁక నీగుడ్డముక్కల కాసించు నీచచోరు లెవ్వరుందురు? వీనినిగూడ నాసింతురేని యిచ్చివైతుముగాక. నే నిటు లే కన్నులఁదెఱచికొనియే యుండి తెల్లవాఱినపిమ్మట మాయమ్మను దీసికొని యేపుణ్యాత్మునింటికైనఁ బోయెదనుగాక. ఇంతపట్టణమున నొక్కదాన

శీలియుఁ బొడఁగట్టఁడా? వితరణమునకు విశ్రుతి కెక్కినదే గదా యీహిందూదేశము?

తల్లి—(సొమ్మసిలి పండుకొనియేయుండును.)

నది—(ఎదుట దృష్టులు నిగిడ్చి) ఆహా! ఏమి యీపురవైభవము! ఈ పండువెన్నెలలో నచ్చలి ప్రాసాదపంక్తి యెంతశోభవహించుచున్నది. ఆహా! ఏ మా మేడసొగసు!

ఉ. పాలసముద్రమందు భగవంతుఁడు నిర్మితిఁ జేసికొన్న య
ట్టాలబవంతియా యనఁగఁ దద్భవనంబు సుధావిలేపన
శ్రీల మనోహరాకృతినిఁ జెంది కనుంగవ విందుసేయు, నీ
లాలసరాలకైవడిఁ జెలంగుఁ దదంతరదీపమాలికల్.

అందు నివసించుభాగ్య మెంతయదృష్టవంతురాండ్రకోగదా ? (ఆవులించి) మార్గాయాసముచే బడలియున్న నాదేహమున కీమందమారుతము సోఁకఁగాఁ గష్టములన్నియు మఱపునకువచ్చి కన్నులు మూఁతలు పడుచున్నవే!

మ. మరణావస్థ నొకర్త బాధపడుచుఁ దల్లాడుచుండంగ బం
ధురసౌఖ్యస్థితి నిద్రవోవుఁ గద బంధుశ్రేష్ఠయొకర్త? యీ
ధరపై నెవ్వరిబాధ వారిదె యగున్ దద్రక్తసంబాంధవం
బరుగుఁ దేహముపట్ల,నంతయును మిథ్యాప్రేమయే చూఁగదా!

నే నించుకసేపు కన్మూసిలేతునుగాక (తల్లి ప్రక్కఁ బండుకొనును.)

తల్లీ—అమ్మా! అబ్బా! గుండెలో నొప్పియే! (మూల్గుచు) ఊఁ! ఊఁ!

నది—(కలఁగనుచు) నాధా! నా కాసింహాసనమేల? వల దీయాసనమే చాలు.

తల్లి—(పొరలుచు) అబ్బా! ఆఁ! దే-వా-ర-క్షిం-పు-ము (ప్రాణముపీడును.)

నది—నాథా! సింహాసనము తొలుకాడుచున్నది. అయ్యో! పడి పోవుచున్నాను. (దొరలి మెట్లక్రిందికిఁబడును. మెలఁకువరాఁగా లేచి) ఏమి యీకల! ఈనిర్భాగ్యురాలికి రాజాంతఃపుర నివాసయోగమా? అందులో సింహాసన మధిష్ఠించుటయా? అందైన స్థిరత లేక నేలఁగూలుటా? (నిట్టూర్పువిడిచి) అన్నియు నసంభవములే యైనను, నేలఁగూలుటమాత్రము యథార్థమైనది. మాయమ్మతో నాకలఁ దెల్పెదఁగాక (తల్లి చెంతకేఁగి) అమ్మా! నాకొక కలవచ్చినది. విను. (తల్లి పలుకదు) అమ్మా! అమ్మా! పలుకవేమి? (తట్టిలేపఁజూచును. తల్లిపలుకదు.) అమ్మా! మెలఁకువ రాలేదా? అయ్యో! కాల్సేతులైనఁ గదల్పవేమి! (లెస్సఁగాఁ బరికించి) అయ్యో! అమ్మా! ఇట్లుంటివేమి? నీవుకూడ నన్ను వీడిపోయితివా? (ఏడ్చుచు) నాకిఁక రక్షకు లెవ్వరే, తల్లీ? (పెద్దపెట్టున నేడ్చును.)

[ప్రవేశ మిరువురు రక్షకభటులు]

ఒకఁడు—ఓరీ! అన్నా! ఈయమ్మ యెవరిపిల్లయో గాని యిక్కడ గట్టిగా ఏడ్చుచున్నదిరా!

రెండవ—ఓరీ తమ్ముఁడా! దొంగల అలికిడియే లేనట్టున్నదిరా. ఎవఁడో పోకిరి యెత్తుకొనివచ్చి యీమెను బలవంతము చేయుచు మనలను చూచి యేచాటుననైన దాఁగినాఁడేమోరా?

ఒకఁడు—కాదురా. ఎవతెయో ముసలిది పడియున్నదిరా. అమ్మా అని ఆపిల్లయేడ్చుచున్నదిరా. ఆముసలిది దానితల్లియేమో! కనుఁగొందము రా. (నదిరాదగ్గఱకు వచ్చి) అమ్మాయీ! నీ వెవరిపిల్లవు? ఎందున కేడ్చుచున్నావు?

నదిరా—అయ్యా ! మాది పారసీక దేశము. మే మీరాత్రి కిచ్చటనుంటిమి. మాయమ్మకుఁ జాలజబ్బుగానున్నది. పిలిచినఁ బలుకకున్నది. సొమ్మసిల్లినది కాఁబోలు. నాకేమియుఁ దోఁపక యేడ్చుచుంటిని. బాబూ ! మీరు మాయమ్మను జూచి యేదేని మందిప్పింతురా ?

రెండవ—(ముసలిదానిదగ్గఱకేఁగి శ్వాసాదులఁ బరీక్షించి) అమ్మాయీ ! నీతల్లి చచ్చిపోయినది. పాపము నీకేమియు తెలియదు కాఁబోలు.

నది—హా ! తల్లీ ! నీవుకూడ నన్ను వీడిపోయితివా ? అమ్మా ! నాకిఁక దిక్కెవ్వరున్నారు ? నే నెట్లు జీవింతును ? ఎవరియండఁ జేరుదును ? దైవమా ! నన్నింత దిక్కుమాలినపక్షినిగాఁ జేయుటన్యాయమా ? (ఏడ్చును.)

ఒకఁడు—పిల్లా! నీవేడిచి యేమిచేయఁగలవు ? కడిగిపెట్టెలోపెట్టి తీసికొనివచ్చినశవాలే యిక్కడికి తీసికొని రావచ్చుఁగాని, యిటువంటి శవాలు ఇక్కడపెట్టరాదు. కనుక ముందుగా శవమును క్రిందికిదింపు.

నది—అయ్యలారా ! మాయమ్మ నిజముగా మృతిఁజెందలేదేమో ! మీరు పొరపడరుగద ? బాగుగాఁ జూచిచెప్పుఁడు. మీకు వీలున్న నొకవైద్యునిఁ బిలిచిపెట్టుఁడు.

రెండవ—వైద్యుఁడు గియిద్యుఁడు లేఁడు. ముందుగా శవమును క్రిందికిదింపుదువా? లేదా ?

నది—బాబులారా ! నేను దిక్కులేనిదానను. నా మొఱాలకించి తెల్లవాఱినదాఁక నిచట నుండనిండు.

ఒకఁడు—నీకు మంచి, చెడ్డ, తెలియనట్టున్నదే! తెల్లవాఱిన, మన

జన్ వచ్చి నిన్ను, నన్నుకూడ తన్నును. అదేకాకుండ, తూర్పు వంకచూడు, తెల్లవాఱుచున్నదో, లేదో !

రెండవ—అమ్మాయీ ! ఇంక మేము ఊరకుండుటకు వీలులేదు. నీవు తీయకపోయిన, మే మిద్దఱమే ఈశవమును క్రిందికి లాగెదము. తమ్ముఁడా ! పట్టు ! క్రిందపారఁద్రోయుదము. (శవమును గ్రిందికి దింపఁజూతురు.)

నది—(తల్లిశవముపైఁబడి గట్టిగాఁబట్టి) అమ్మా ! నీకెట్టి దుర్గతిగల్గినదే ! అయ్యో ! మమ్ముఁ గాపాడు దిక్కెవ్వరు ? ప్రభూ ! అనాథనాథా ! రక్షింపుము. రక్షింపుము.

[ప్రవేశము ప్రచ్ఛన్నవేషముతో సలీము]

సలీ—ఎవ్వరి దాయార్తనినాదము ? ఆయబలతోఁ బెనఁగులాడువారెవ్వరు ? (సమీపమునకు వచ్చి) ఓరీ మూఢులారా ! మీరెందుల కీయబలను బీడించుచున్నారు ?

భటులు—(పెనఁగులాటమాని సలీమును గుర్తించి యొకచెంతనిల్చి) సర్కార్ ! ఈముసలిది చచ్చిపోయినది. మసీదుమెట్లనుండి శవమును తీయుమంటిమి. ఈమె తీయక ఊరకున్నది. అందు మీఁద మేమే ఆపనిచేయుటకు పూనుకొంటిమి. అంత కేకలు వేయుచున్నది.

సలీ—ఛీ ! ఛీ ! మూర్ఖులారా ! ఏమి పనిఁజేయుచున్నారురా ? (నది రావంకఁ దిరిగి) ఇట్టి శిరీషకుసుమకోమలిని నొప్పింప మీమనసెట్లొప్పినది. అదిగాక మహమ్మదీయులై యుండియు శవముల నెట్లు గౌరవింపవలెనో యెఱుఁగరఁటరా. చేసిన తప్పునకామె క్షమనువేఁడి యామెకోరువిధమున నర్హగౌరవముతో నీశవమును బూడ్చివేయుఁడు. చానా ! నీకలువకన్నులనుండి యశ్రుబిందువులు జాలువాఱుచుండ నాకు మిగుల జాలి కలు

గుచున్నది. పాపము మీయమ్మ మృతిఁజెందినమాట నిజమే. ఇంక నామెం గూర్చి దుఃఖించిన లాభము లేదు. నీవూరడిల్లుము. (ఆమెవంకఁ బ్రీతితోఁ జూచుచుండును.)

నది—అయ్యో! అమ్మా! నన్నొంటిఁజేసి పోయితివే? తల్లీ! ఎంతలో నీకిట్టి మృతిగల్గెనే! రెండు దినములనుండి తిండిలేక పోయెఁగదా! తుద కిన్ని మంచినీళ్లయిన లేక యెంతయల్లాడితివేయమ్మా? అయ్యయ్యో! నీకింతదిక్కులేనిచావుగల్గునని కలలోనైనఁ దలంపనైతినే!

సీ. ఎండకన్నెఱుఁగని । యింతి యెడారి భూ
ములయందుఁ గాల్నడఁ । బోయెఁగాదె
కలమాన్నభుక్తికే । యలవడ్డ లలితాంగి
తిండి దొరకక గ । తించెఁగాదె
తతహంసతూలికా । తల్పంబులను బండు
కోమలి రాసేలఁ । గూర్కెఁగాదె
వేనవేలుగ బంధు । బృందము గలచాన
యెట్టి దిక్కును లేక । యీల్గెఁగాదె

గీ. కటకటా! దైవమా! యిట్టి । కఠినశిక్ష
లొందుటకు నీమె గావించి । యున్నదోష
మేమొ? కష్టపరంపర । నిట్లు త్రోసితె?
ఇంచుక కరుణఁజూపి ర । క్షింపరాదె?

(సలీము వంకఁదిరిగి) అయ్యా! మహానుభావా! నాగౌరవమును గాపాడుటయే కాక నాతల్లియాత్మకు శాంతిసమకూర్చితిరి. మీ కవే నాకృతజ్ఞతావందనములు. నే నామరణము మీమేలు మఱవఁజాలను. మీదాసురాలను. (ఏడ్చుచు సలీముపాదములపైఁబడి మూర్ఛిల్లును.)

సఖీ—సుందరీ! లెమ్ము. ఇప్పుడు వగచిన నేమి ప్రయోజనము? భగవదిచ్ఛయట్లున్నది. ఊరడిల్లుము. నేఁబోయెద. (ఇంచుక యీవలికివచ్చి నిలిచి) పాప మీయబల మూర్ఛిల్లినది కాఁబోలు. ఓరీ భటులారా! ఈమె మూర్ఛ దేఱువఱకు మీ రిచ్చటనే యుండి యామె నెంతమాత్రమును నొప్పింపక శవఖనన మొనరించి రండు. (మఱికొంచె మీవలికివచ్చి తనలో)

తే. గీ. యువతి, నేత్రోత్పలయుగళినుండి జాఱు
బాష్పబిందుమౌక్తికములఁ బాదపూజ
యొసఁగి, రాజభక్తి నెఱపియుండె, నాత్మ
వదనబింబచంద్రికలె నివాళిగాఁగ!

ఆహా! యేమి యీమెసౌందర్యము! ఈమె మనుష్యకాంతయా? దేవతావనితయా? అంత సుందరమగు కన్నులనుండి బాష్పములు రాలుట నే నెన్నఁడుఁ జూడలేదు. పాప మీమె యెవతెయైయుండునో గదా! పైవసనములు బీదతనముఁ దెల్పుచున్నను, సౌకుమార్యముఁ జూడఁ గులీనవలెఁ దోఁచుచున్నది. ఎట్టి యిక్కట్టులకు లోనై యీ దీనస్థితికి వచ్చినదో కదా? (గంటలు వినుట నభినయించి) అదే యైదు గంటలైనది. మాతండ్రి నమాజువేళ సమీపించుచున్నది. నే నావేళకు దగ్గఱకుఁ బోవకుంటినా, యాతఁడు నామందిరమువంకకుఁ బోయి నాకై వెదకును. నేను గనఁబడకుండునేని, కీడుమూఁడును. ఆతఁ డావులించినఁ బ్రేవులెన్నును. ఎంతకాలము నా కీయస్వతంత్ర జీవనమో తెలియదు. (చివచివ నడచుచుఁ బోవును.)

ఒకఁడు—అన్నా! ఈపిల్ల యింకను మూర్ఛలోనే యున్నదిరా. ఈపాటికి లేచినచో బాగుగనుండును. శవమును పూడ్చి మన నౌకరిలోనికి పోయియుందము,

నది—(మూర్ఛఁదేఱిలేచి, నల్దిక్కులఁజూచి) ఏఁడీ? ఆమహానుభావుఁడేఁడి?

మ. ననుఁబ్రేమైకకటాక్షవీక్షణముల న్బాలించి యాలించి కా
చిన బంధుప్రభుఁడేఁడి, నన్నలము పెంజీఁకట్లఁ బోఁద్రోలు నా
యినుఁడేఁడీ, భయతాపహారియగు నాయేణాంకుఁడేఁడీ, చిరం
తనదుఃఖాగ్నుల నార్పఁజాలెడు తటిత్త్వాంతుం డతండేఁడొకో!

అకటా! ఈమహాకష్టసమయమున నన్ను భరింపఁదగినపురుషశ్రేష్ఠుం డొకం డీశ్వరప్రేరితుఁడై నాకడకు వచ్చెననియు, నతని యాదరముం బొంది జీవింపఁగలననియు నాసపడితినే! ఆయాసయు నడియాసయే యయ్యెనా? స్వామీ! మునీశ్వరహృన్నివాస! నా కిఁక నేమార్గముం జూపుదువు? తండ్రీ! రక్షింపుము. (మూర్ఛిల్లును.)

[ప్రవేశము మసీదులోని మవజన్]

మవ—భటులారా! ఈమె యెవతె? ఏల యిట్లు మూర్ఛిల్లియున్నది?

ఒకఁడు—ఈయమ్మ యీదేశముగాదు. పాపము. తల్లి చచ్చిపోయినది. ఇం కేదిక్కును లేదఁట. ఈమె నేమియు ననకుండ, ఆశవమును పూడ్చివేయుఁడని యువరాజుగారి సెలవైనది.

రెండవ—ఈమె యీలాగే మూర్ఛలలో మునిఁగి పోవుచుండునురా! సెలవుకోసము చూతుమన్న మన కీపూఁటపనిసున్న.

మవ—(నదిరావంకఁజూచి) మాటాడకుఁడు. ఆమెకుఁ దెలివివచ్చుచున్నది. (నదిరా కన్నులువిచ్చిచూడ) అమ్మా! నీయుదంతమంతయు నెఱిఁగితిని. నీవిఁకదుఃఖమును దిగమ్రింగి నావెంట రమ్ము. నీకొకయాశ్రయముఁ జూపెద. కొంతకాల మందుండి కాలము వెడలఁ బుచ్చుము. ఓరీ! మీపని మీరుచూచుకొనుఁడు,

నది—హా! తల్లీ! నీరూపము నాకంటి కిఁకఁ గనఁబడదా? (మరల మూర్ఛిల్లును.)

(తెరపడును)

ద్వితీయరంగము.

రంగము—ఒక బీదయిల్లు.

[ప్రవేశము: మంచముపై నిద్రించు సోఫియా చెంతనిల్చి యామెను లేపు ఖాన్ ఉమార్.]

ఖాన్—(నిద్రించు భార్యవైపుచూచి) జాముప్రొద్దెక్కినది. ఇల్లాలింకను లేవదయ్యె? లేపితినా, త్రొక్కఁబడుపామువలె బుస్సుమనును. ఇరుగుపొరుగువా రందఱు పనులన్నియుఁ జక్కఁబెట్టుకొని భోజనములు చేయఁజూచుచుండఁగా, నాప్రారబ్ధకర్మముచే నాకులభించిన యీక్షామదేవత యింకను నిద్రించుచునే యున్నది. ఇంక నెప్పుడు లేచి, వంటఁజేసి నా కింతతిండిఁబెట్టును? నేఁటికి నాకుఁ దిండియోగములేదు. లేపుదునేని, నిద్దురఁ జెడఁగొట్టితివని కసరును. లేపకుందునేని, నాకొలువునకు వేళదప్పిన దెందుచేత నన్ను మేల్కొల్పలేదని గొణఁగును. ఏమిచేసినను గోపమేకదా!

చ॥ నగరికిఁబోయి కష్టపడి। నౌకరిఁజేసి గృహాంగణంబుఁ జే
రఁగ శ్రమవాయ స్నానపు జలంబిడి పట్టెఁడు కూడుఁబెట్టి చ
ల్లఁగనిదురింపఁ బాన్పొసఁగి। లాలనఁజేయుచు నాదరించు నిం
టిగరిత నొందుభాగ్యము ఘటింపకయుండె నదేమికర్మమో!

చేసికొన్నకర్మ మనుభవింపక తప్పదుగదా! ఏమైనఁగానిమ్ము. లేపిచూతునుగాక. (భార్యచెంతకేఁగి భయపడుచు మెల్లఁగాఁ

దట్టును. ఆమెయించుక యొత్తిగిలఁ గలఁతపడి రెం డడుగులు వెనుకకువచ్చును. మరలఁ జప్పుడుగాకుండ దగ్గఱకుఁబోయి)

సోఫి—ఇస్. ఏమల్లరి ! ఇంకను దెల్లవాఱనే లేదు.

ఖాన్—తెల్లవాఱకేమి? జాముపొద్దెక్కినది. దివాణమునకుఁ బోవు వేళ యగుచున్నది. లే, లెమ్ము.

సోఫి—(ఒడలు విఱుచుకొనుచు మూల్గును)

ఖాన్—మూల్గెదవేమే ! త్వరపడిలెమ్ము. నాకొకరొట్టెయేని చేసిపెట్టి వెళ్లుదువుగాని. (మరలఁ దట్టును)

సోఫి—అబ్బా ! పిడుకదిమ్మవంటిచేతితో ననుఁగొట్టుచుంటివేమి ? నన్ను నిద్దురపోనీయవా ?

ఖాన్—కొట్టుచుంటినా ! మెల్లఁగాఁ దట్టిలేపుచుంటిని. ఇంతపొద్దెక్కినతర్వాతఁగూడ నిద్రయేమిటి ? నీవేకాక నేనుగూడ సేవకుఁ బోవలయుఁగదా ! నాతిండిమాటయేమి ?

సోఫి—ఇంకను బూర్తిగాఁ దెల్లవాఱనేలేదు. అప్పుడే తిండిగొడవయా ! నీతిండి మండిపోను !

ఖాన్—అప్పుడే తిట్లుమొదలుపెట్టితివా? లేవఁగనే పాఁచిమొగముతోనే మగనికిఁ దిట్లపూజయా !

సోఫి—నీమొకానికిఁ బూజకూడనా ? నాకెదురులెమ్ము. నీపాడుమొగము చూచిన నాఁడెల్ల, నా కమ్మగారిచేఁ జీవాట్లే గల్గినవి.

ఖాన్—తప్పుగాదఁటే ! భర్తను దిట్టవచ్చునా ? నామొగముచెడ్డది, నీమొగము మంచిదయు నగునా? నన్ను నీవు సుఖపెట్టవలయు. నిన్ను నేను సుఖపెట్టవలెను. నీసుఖమునకై నేనింతగాఁ దంటాలుపడుచుండ, నీవు న న్నిట్లు తిరస్కరించుట న్యాయమా !

సోఫి—నీసుఖము చుమ్మలుచుట్టినట్లేయున్నది. అట్టెవాగక దూరముగాఁ బొమ్ము. నీవు నాకు నీతులుచెప్పనక్కఱలేదు, (లేచి కూర్చుండి కన్నులు మూసికొనియే) పోయెదవా, లేదా?

ఖాన్—ఓసి నీయిల్లు వల్లకాడుగాను. ఏమిపెకలిపడుచున్నావే!

సోఫి—ఈరోజు తిన్నఁగా వెళ్ళనీయఁ దలఁచుకోలేదు కాఁబోలు!

ఖాన్—ఏమి కొట్టెదవా!

సోఫి—దానికెంతసేపు కావలయును! ఇఁక నెక్కువగా వదరక నోరుమూసికొని యవతలికిఁ బొమ్ము. పో, పోయితివా? లేదా?

ఖాన్—ఓసి పిశాచి! ముందు నీగతి కుక్కలకైనఁ గలుగని దగును జుమీ! పోవుచున్నాను లెమ్ము. (మెల్లఁగాఁబోవుచు)

గీ. దైవమా! ధనియైన నిర్ధనికుఁడైన
భర్తనాదరింపవలయు భార్యయంచు
భార్యరూపాదు లెట్లున్న భర్తయాద
రింపవలెనంచు జనుల బోధింపుమయ్య!

(వీథిలోనికిఁ బోవును.)

సోఫి—(కన్నులు తెఱచి లేచి) పీడవదలినది. ఇఁకఁ గాల్యములఁ దీర్చుకొని నగరికేఁగెదనుగాక. పెండ్లామనఁగనే మగనికి బానిసయై యతనియడుగులకు మడుఁగు లొత్తవలయునని కాఁబోలు వీనియూహ! తాను పోతులాగునఁ దిని కూర్చుండి గోరువంక పిట్టవలెఁ బలుకుచుండఁ గోరుచున్నాఁడు. తనయాటలు నాదగ్గఱనా? కానిమ్ము. చూతునుగాక. (ఎదుటి యద్దములో మొగము చూచుకొని దిద్దుకొని పైఁట విలాసముగా సవరించుకొని కులుకుచు నడచిపోవును.)

[ఖానుమార్ నదిరాతోను మవజన్‌తోను ప్రవేశించును.]

ఖాన్—జనాబ్ ! ఇటు దయసేయుఁడు. (గదిఁజొచ్చి నల్దిక్కులఁ బరికించి) (తనలో) అప్పుడే దివాణములోనికిఁ బోయినది కాఁబోలు. ఇంక నాగతి యెట్లయిన సరియే యని తలఁచియుండును. దండుముండ. ఏమిచేయుదును ? అనుభవింపవలయును. (ప్రకాశముగా) అయ్యా ! నాభార్య యిప్పుడే కోటకుఁ బోయియుండును. ఆమె వచ్చినతర్వాత నామెతో నేనే చెప్పుకొనెదను లెండు.

మవ—ఉమార్ ! నీ కింట వండిపెట్టువారు లేకపోవుటచేత, నీవు మిగుల బాధపడుచున్నట్లు లోకపర్యాయము నీవే నాతోఁ జెప్పియుంటివి. ఈమె యొకదిక్కులేని పిల్ల. సుశీల. పేరు నదిరా. ఈమెను దగ్గఱఁబెట్టుకొని యాదరింతువేని, నీయుపచారముల కుపయోగించును.

ఖాన్—చిత్తము. ఈయమ్మాయి మిగుల సుకుమారత్వము గల్గునని తవలెఁ గనబడుచున్నదే. పాటుపడఁగలదా ? వంటఁజేయ నేర్చున్నదా ?

నదిరా—అయ్యా ! ఏదిక్కును లేనప్పుడు సౌకుమార్య మెంతగ నున్ననేమి ! పాటుపడఁ జాలకున్న నాబ్రతు కెట్లు ? ఇంక వంటమాట యందురా, నాచిన్నతనములో వంటఁజేసి యెఱుఁగకున్నను, నాతలిదండ్రులు నాకు సమస్తగృహవిద్యలతోఁ బాటు పాకశాస్త్రముఁగూడ నేర్పించియున్నారు. నేను వివిధములగు వంటలు చేయనేర్తును.

మవ—ఉమార్ ! ఈమె యొకవేళ నేపనియేని చేయఁజాలకున్న, నీవు మెల్లఁగాఁజెప్పి చేయించుకొనుము. చీటికి మాటికి నీవామెను నిందింపవలదని నీభార్యతో గట్టిగాఁ జెప్పుము.

ఖాన్—చిత్తమట్లే చెప్పెదను. కాని నాభార్య నిందించుటలో నన్నే విడిచిపెట్టదనితమరెఱుంగుదురు గదా? ఇఁక నీమెనుమానునా?

నది—అయ్యా! మీ రుభయులును జెప్పుపనులెల్ల నేను జేయునప్పుడు నాకు నింద యేలవచ్చును?

ఖాన్—అమ్మా! నీయందు లోపములేకున్నను నాభార్య యూరకే నిందించుస్వభావము గలది. గయ్యాళిగంప. అయినను నాశక్తి వంచనముగాకుండ నిన్నుఁగాపాడ యత్నింతును.

మవ—ఉమాక్! నీయుపకారబుద్ధికి భగవంతుఁడుమెచ్చి నీకఖిల సంపదలనిచ్చి కాపాడును. నీకష్టము లెంతకాలమో యుండవు. నీభార్య నీకు దాసురాలగుకాలము సమీపించుచున్నది. నే నిఁకబోయెదను. (నదిరావంకఁ దిరిగి) అమ్మా! నీకుఁగాని కాలము వచ్చినది. నీ వెటులో యీతనికడఁ గాలముగడుపుచుండుము. కొన్నాళ్లలో నీకింతకన్న నున్నతస్థితి లభింపఁగలదు. ఈతఁడు నిన్నుఁ బితృప్రేమతోఁ జూచును. నీవేమియు సంశయపడనక్కఱలేదు. తల్లీ! నీకు నాతోడ్పా టెప్పుడు కావలసిన, నప్పుడిత్తును. భగవంతుఁడు మీ యిరువురకాయురాదు లొసంగుఁగాత. (వెడలిపోవును.)

ఖాన్—బిడ్డా! నేను జక్రవర్తిగారికిఁ గావలసిన పండ్లెల్ల సమకూర్పవలసినవాఁడను. నీవు నాకింత వండిపెట్టి, నాతోఁబాటె తిని, కోటకుఁబోయి నే నిచ్చుపండ్లిచ్చి వచ్చుచుండవలయును. అంతకుమించినపని యేదియు నీవు చేయనక్కఱలేదు. తల్లీ! నీముఖలక్షణముఁజూడ నీ వొక ఘనకుటుంబములోఁ బుట్టియున్నట్టు తోఁచుచున్నది. నీకెట్టిలోటును రాకుండఁ గాపాడెదను. నేను జీవించి యున్నంతకాలము నీమర్యాద కెట్టి భంగము రానీయనని నమ్ముము.

నది—(కంటఁ దడిపెట్టుచు) నాయనా ! నీవే నాపాలిటి రక్షకుఁడవైతివి.

చ. మును తులలేనిసంపదలఁ । మున్గినదానను ; గాని యీశ్వరా
జ్ఞను నిఖిలంబుఁ గోలుపడి । నా యనువారలు లేక నిల్చితిన్;
దినుటకుఁ దిండియుంగనని । దీనతఁగాంచితి; నిట్టిదుస్థితిన్
గనికరమూని యాశ్రియము । గల్గఁగఁ జేసితి వాదరంబునన్.

తండ్రి ! నీ కివే నాకృతజ్ఞతా వందనశతంబులు.

ఖాన్—నదిరా ! నీచే సేవఁ జేయించుకొని ని న్నాదరించుట యొక గొప్పపనిగాఁ గొండాడవలయునా ? నీవు గతమంతయు మఱచి ధైర్యము వహించి మెలంగుచుండుము. ముందుముందు నీకు శుభములు గలుగవచ్చును. అమ్మా ! నీ వింక నావంట గదిలోనికిఁబోయి మనకిరువురకు నాహారము సిద్ధముచేయుము. మనభోజనములైన తర్వాత, నేను పండ్లుదెచ్చుటకుఁ దోఁటలోనికిఁ బోయెదను. నీ వాఫలంబుల నొకతట్టలో నెత్తుకొని నాతో రమ్ము. నేను నీకుఁ గోటగుమ్మముం జూపి పోయెద. నీవు లోనికిఁబోయి నే నంపితినని చెప్పి బీగమ్‌సాహెబా కీపండ్లిచ్చి రమ్ము. ప్రతిదిన మిటులే చేయుచుండవలయును. నీవు వంటముగించులోపల నేను గొంతవ్రాఁతపనిఁ జేసికొని వత్తును. (లోపలికిఁ బోవును.)

నది—(ఊర్ధ్వదృష్టితో)

మ. పరమేశా ! భవదీయపాలనవిధన్ । భావింప నాశ్చర్యమా
నిరతైశ్వర్యధురీణులం జిటికలో । నిప్పచ్చరంబొందఁగా
గురుదారిద్ర్యభరార్తులన్ బుడమికిన్ । గోత్రారిసంకాశులై
వరలం జేయుదువయ్య ; నీచెయిదముల్ । వాఙ్మానసాతీతముల్.

ఉ. ఎక్కడిపారసీకము, మ। ఱెక్కడి హైందవసీమ, లెక్కకున్
మిక్కిలిమైన బంధుజన।మిత్రసమాజ మదేడ, నిప్పు డీ
దిక్కును మ్రొక్కలేని యతి।దీనదురాపనివాసమేడ, నే
నెక్కరణిన్మనంగలనో । యేవిధివ్రాసితివో, పరాత్పరా!

తండ్రీ! ఈదాస్యవృత్తియం దెట్టియవమానమును నాకుఁ గలుగనీ యక కాపాడుము నాభావిజీవిత మెట్టులుండవలెనో నీవే నిర్ణయింపుము. "అన్యథాశరణంనాస్తి త్వమేవ శరణంమమ" యనుటమాత్రమే నే నెఱుఁగుదును.

(తెరపడును)

తృతీయరంగము.

రంగము :—రాణివాసమునకు సమీపస్థలము.

[ప్రవేశము : సోఫియా, ఒకసిపాయి యక్కడ గస్తుతిరుగుచుండును.]

సిపా—(వికసనముఖుఁడై సోఫియావైపుచూచి) ఓహో! సోఫియా అమ్మగారా! నేఁ డింత షోకుగా వేసము వేసికొని వచ్చితి రేల?

సోఫి—నే నేనాఁడు షోకుగా వేషము వేసికొనలేదు? ఎప్పుడొక్కమచ్చుననే యుందునుగదా? నీవేల యట్లు పండ్లికిలించి మాటలాడుచున్నావు?

సిపా—నిన్నుఁ జూచియే.

సోఫి—నాలో నేమున్నది?

సిపా—బల్ షోకున్నది.

సోఫి—ఓరిమూర్ఖుఁడా! నాషోకు నీ కెట్లుపయోగపడునురా?

సిపా—నిజమే. కట్టుకొన్నమగనికే దిక్కులేదు. ఇంక మావంటి వాండ్రకా!

సోఫి—నీపేరిలుకు కట్టిపెట్టి యీదారిని బండ్లఁదెచ్చు పడుచుపిల్ల యెవతెయైన వెళ్ళినదేమో చెప్పుము.

సిపా—ఒకకొత్తపిల్లగాదా? చక్కని చుక్కలాగుననుండి అంచపిట్టవలె ఒయ్యారముగా నడచుచుండును గాదా! అదేయగునా?

సోఫి—అదే, అదే. ఆమె యీదారినిఁ బోయినదా?

సిపా—నేఁ డింకను రాలేదు. వచ్చువేళయైనది. ఎందులకు దానిమాట అడుగుచున్నావు?

సోఫి—నీవు నా కొకసాయము చేయవలెను. చేసినచో, నీకు యువరాజుగారితోఁ జెప్పి బహుమాన మిప్పింతును.

సిపా—(నవ్వుచు) యువరాజు నీచేతిలోని మానిసియే. ఆబొమ్మ నీవేలాగున త్రిప్పిన ఆలాగున ఆడునుగదా!

సోఫి—నీ వధికప్రసంగము చేయవలదంటిని గానా?

సిపా—బుద్ధిబుద్ధి! నీకేమిసాయముకావలెనో చెప్పుము, తప్పకుండ చేయుదును.

సోఫి—ఆపిల్ల నాయింట దాసిగాఁ బ్రవేశించినది. దానిని నామగఁడు కూఁతుకన్న మిన్నగఁ జూచి యాదరించుచున్నాఁడు. దానిపై నీఁగ వాలనీయఁడు. అది ప్రతిదిన మీదివాణములోనికిఁ బండ్లు తెచ్చుచున్నది. దానియందముఁ జూచి నీవే చక్కని చుక్కయంటివిగదా? ఇఁక యువరాజు చూచునెడ నేమగునో నీవే యూహింపుము. ఈకోటకు రానీకుండ దానిని దట్టిమివేయవలయు. సమయముకొఱ కెదురుచూచుచున్నాను. నేఁడోరేపో యొకనెప మేదో దొరకకపోదు. నీవుకూడ నాకు మాటసాయము చేయవలెను. దానిని గెంటించివేయవలెను.

సిపా—తప్పక చేసెదను. నీచిత్తము వచ్చినట్టులు బొంకెదను. నీవు చెప్పినట్టులు చేయుదును. నేనెప్పటికైన నీవలన లాభముందును.

సోఫి—(చిఱునవ్వుతో) సరే. నేనుబోయి వత్తును. అమ్మగారు నా కొఱ కెదురు చూచుచుందురు. (వెళ్ళును)

సిపా—(దృష్టినిగిడ్చి) అదిగో ఆపిల్ల యీవంక నే వచ్చుచున్నది. ఏమి దానిచెమకు! పాపము దీనిమీఁద పంతము పట్టినదేమి ఆసోఫియా! ఏపాప మెఱుఁగని యీగోలనా పీడించుట? అసూయ యెంతపనినైన చేయించునుగదా? నాది నౌకరి బ్రతుకు. నిలిచియుండుమన్న నిలువవలెను. కూర్చుండుమన్న కూర్చుండవలెను.

[ప్రవేశము: నదిరా పండ్లతట్ట నెత్తిమీఁదఁ బెట్టుకొని]

నదిరా—(తనలో) ఆహా! నాయవస్థ యెంతకువచ్చినది!

సీ. పూలసజ్జను దాల్పఁ । గేలు కందునటంచుఁ
　　పరిచారకులఁ దోడు । పంపుచుండె
అడుగుక్షీర నడువ । నలసిపోవుదునంచు
　　మేనాలనే నియ । మించుచుండె
ఎల్లవారలుచూడ । దృష్టితగులునంచుఁ
　　బైకి రానీక కా । పాడుచుండె
నేళ్ళఁదప్పిభుజింప । సోలుదు నని యెంచి
　　బోనకత్తెల వెంటఁ । బుచ్చుచుండె

తే. గీ. ఇట్లు కంటికి రెప్పనా । నెపుడునన్నుఁ
　　దండ్రిప్రోచుకాలము వోయి । తట్ట నెత్తి
　　మీఁద నిడుకొని యీరీతి । మెలఁగవలసెఁ
　　గర్మగతి సేరు తప్పింపఁ । గలరుభువిని! ౧౨

ఏయెండ కాగొడుగు పట్టవలయునందురుగదా! అన్నిటికి నోడఁబడి యీశ్వరాజ్ఞ నెఱవేర్తునుగాక. (మెల్లఁగా నడుచుచుండును)

సిపా—అమ్మాయీ! నేఁ డేపండ్లు తెచ్చితివి?

నది—నాయనా ! దానిమ్మపండ్లు తెచ్చితిని.

సిపా—తొందరగా పట్టుకొని వెళ్ళు. యువరాజుగారు బయటకు వెళ్ళువేళయైనది.

నది—యువరాజుగా రెచ్చటికిఁ బోవుదురు ?

సిపా—ఎక్కడికన్న మాటయేమిటి? ఆయన యొకతుమ్మెదగదా! తోటలలోనికి వెళ్ళి పువ్వులకోసము తిరుగుచుందురు. (నవ్వును)

నది—(సిగ్గునటించుచు నడిచిపోవుచుఁ దనలో) బీగమ్‌సాహెబా గారిమేడ కెదురనుండు నామేడయే కాఁబోలు యువరాజుండు భవనరాజము (పరికించిచూచి) అదిగో ! అందుండి యెవ్వరో యీవలికి వచ్చుచున్నారు. (మెల్లఁగానడచుచు) ఠీవిమై నడచుచు వచ్చుచుండెనే ! అక్కడి నౌకరులు నేల కంటి సలాములొనరించుచున్నవారే! అతఁడే యువరాజై యుండనోపు. (అతఁడు సమీపించుచుంటఁగాంచి) యువరాజు కాఁడు. నాఁడు మాయమ్మ మృతిఁజెందినదినమున, రక్షకభటులదౌర్జన్యమును వారించి, మాయమ్మశవమునకు యథావిధి ఖనన సంస్కారముం జేయించి నన్నాదరించినమహానుభావునివలె నున్నాఁడే! (లెస్సఁగాఁజూచి) అవు నాతఁడే. కాని నాఁడొక రాజకీయోద్యోగివేషమునఁ గన్పట్టెనే ! నేఁడు రాజువేసమునే ధరించి యుండెనే ! ఆతఁడు యువరాజేయై యుండును. ఆకృతి, నడక, భటులొనర్చు గౌరవము, అంతఃపురోద్గమనము— ఇవియెల్ల నాయనుమానమును స్థిరపఱచుచున్నవే ! (ఇంకను సమీపింప) హారాదిపరిష్కారములు, శిరోవేష్టము, నాయభిప్రాయమును దృఢపఱచుచున్నవి. ఆతఁడు యువరాజే. నాఁడు నన్నుఁగాపాడినమహాత్ముఁడే. ఆహా ! ఏమి నాయదృష్టము ! నాఁ డీతఁడు నన్నాదరించుసమయాన నాపైఁ

బఱపిన పేర్మికైకదృక్కులంబట్టి యేమోయనుకొంటినే ! అట్లయిన నిది యందరాని ఫలమే! నాయట్టి హీనస్వాంగి యత్నించుట నిరర్థకమేకదా ! భగవంతుఁడా ! ఇది యింకొక విధమైన యాశాభంగమా ? నాజీవితకాలములో నిట్టి వింకను నెన్ని కల్పింపనుంటివో !

(యువరాజాదారినిఁ బోవుచుండును. నదిరా యొకప్రక్క కొదిగి యాతనివంక శ్రద్ధతోఁ జూచుచు మాటుపడి నిలుచును.)

సలీ—(తనలో) లోకములోనున్న సుందరాంగులలో మెహరే యగ్రస్థాన మలంకరింపఁ దగినదని తలంచి యామె పొందొంది మురియుచుంటిఁగదా ! కాని నాఁడామసీదుమెట్లమీఁదఁ దల్లికై విలపించు లావణ్యవతిని గాంచిన తర్వాత నాయభిప్రాయము మార్చుకొనక తప్పదుగదా ! ఆహా ! దుఃఖావస్థలో నుండియు నాయువతి యెంతసోయగముచే నొప్పుచుండెను !

సీ. అరఁటిబోదియఁబోలు । నందంపుఁ దొడమీఁద
హస్తనలిననాళ । మానుకొనిరె.
ఆకరకమలంబు । నందుఁ గళానిధి
మించునెమ్మోముఁ బం।డించుకొనిరె.
తత్కళానిలయు జ్యో । త్స్నలవికసించు క
ల్వకనులఁ గాళింది । పాఱుచుండె,
ఆయమున కుచహే।మాచలశిఖరాల
మీఁదుగా పరదలై । మెండుకొనుచు
గీ. నింతి మధ్య విహాయసం । బెల్ల ముంచెఁ
గరుణరసముఁ జిలుకు తదా।కారమరసి
భయదరణరంగదృశ్యాను । భవముగల్గు
మత్కఠినచిత్తమున్ దుఃఖ।మగ్నమయ్యె—జౌరా !

చ. విడిచినకల్వపూలసరివిం గడుమోదముఁగూర్చు నేత్రముల్,
బడలికచేత వాడినను నైజవికాసము వీడకుండి యొ
ప్పెడు ముఖచంద్రమండలమ్ము వీడ్వడియుండి పిఱుందులంటుపెన్
జడనెఱులున్ హృదంతరము నం బెడఁబాయవు చిత్రితంబులై.

మ. బహుదేశాంచితభామలన్ నయనపర్వంబొప్పఁగాఁగాంచితిన్
మహి నాయంగనఁబోలుసుందరిని నే నాఁడుంగనన్లేదు;దు
స్సహమయ్యెన్ స్మరసాయకాగ్నిశిఖలన్ సాధింపఁ దత్కాంతకేల్
గ్రహియింపంగలభాగ్యమబ్బునెడ స్వర్గంబౌఁగదా భూమియే.

(ఇంచుక యోజించి) ఏమినావెఱ్ఱి! ఆమె నాకెట్లు లభింపఁగలదు? ఆమె యూరును బేరును నే నెఱుఁగఁగదా? ఎక్కడనున్నదో తెలిసికొనుటెట్లు? ఈచింతలో మునిఁగి నేనాలస్య మొనర్తునేని మొహాఁ నిరాశఁజెంది నిర్వేదముతో బసకేఁగును. ఆమె పూలతోఁటలోఁ బ్రచారముచేయుచు నంతఃపురమందున్న నన్ను హస్తసంజ్ఞను బిలిచి చాలఁ దడవయ్యెను. ద్రుతగతిఁ బోయెదఁగాక. (చివచివ నడుచుచుఁ బోవును. నడకతొందరలో రత్నహార మొకటి నేలరాలును. అది కూడఁగానక యతఁడుపోవును.)

నది—(ఆ హారమును దీసి) అయ్యో! రాకుమారుఁడు రత్నహారమును జాఱవిడిచియుండెనే! ఎక్కడికో తొందరగాఁ బోవుచుఁ గానకుండెఁ గాఁబోలు. ఇదియు మేలే. నే నీనెపము చేనైన నాతనిని సందర్శించి, హారము సమర్పించి, నాఁడు తన్నుఁజూచి యొకసామాన్యపురుషుఁడని భ్రమించి తగిన మర్యాదను నేను జేయనైతినిగదా యని యిప్పుడు పడు పటతాప మెఱిఁగించి, యతని క్షమను వేఁడి మరలివత్తును. అంతె నాయందాతనికి దయ యుదయింపవచ్చును. ఆనాఁటియాతని చూపులను దలఁపునకుఁ దెచ్చికొనఁగా, నాకు వానియం

దెంతో గభీరాభిప్రాయమున్నట్లు తోఁచుచున్నది. ఇప్పుడీదారి నిబోవుచుఁ దనలోఁ దా నేదియో పల్కికొనుచు యోజన సేయుచుఁ బోయియున్నాఁడు. ఆయోజన నన్నుఁగూర్చి కాదుగద? (ఇంచుక నవ్వి) నే నెంత వెఱ్ఱిదానను! అతఁడు నన్నుఁ గూర్చి యేల యోజించును? అతనికనుసన్నమెలఁగు వేనవేలు నారీరత్నములుండ నాతనికి నాయట్టిదీనురాలిపైఁ దలఁపేల పుట్టును ? వట్టిభ్రమ ! ఏదెట్లులున్నను, హార మాతనికిచ్చుట లోఁ దప్పేమియు లేదుగద ? నే నిదే యాతని వెంబడినే పోయి సరము సమర్పించి వత్తును. (పోవును.)

చతుర్థరంగము.

రంగము—ఉద్యానవనము.

[ప్రవేశము—మెహరున్నిసా పరిపూర్ణాలంకారములతో సింగారించుకొని.]

మెహ—(దిక్కులు పరికించుచు) ఏలొకో యింకను బ్రియుఁడు రాఁడయ్యె. నాకేల్సన్న గ్రహించెనో లేదో కదా ? గ్రహింపకున్న నతఁడు నేను సంజ్ఞఁజేసిన యుత్తరక్షణముననే నావంకఁ జూచుచు నంతిపురమువాసి క్రిందికిదిగఁజొచ్చుటకుఁ గారణమేమై యుండును ? దారిలోఁ దండ్రిచూచి యాతనిని నిలిపివేయలేదు గద ? అతఁడు బుద్ధిపూర్వకముగా నాలస్యమొనర్చియుండఁ డని నానమ్మకము. ఏదైన, నీరహస్యవ్యాపారము మిగులఁ జిక్కులతోఁ గూడినదే ! ఎప్పుడు నిర్భీతిమై సంచరింపఁగల్గు దుమోకదా ?

మ. హృదయాంతర్గతమోహము న్వెలికి రానీకుంట శక్యంబె? యె
య్యది నిర్భీతిగ వెల్లడింతమన ధైర్యంబేమియు న్లేదు, కో
పదహాగ్నిన్ననుఁ జక్రవర్తి దహియింపంజూచునోయంచు నె
మ్మది నెంతో భయమందుచుందు, నెటులో మత్కార్యసిద్ధింగనన్?

(అడుగులచప్పుడు వినుట నభినయించి) అదే, నాప్రియుఁడు వచ్చుచున్నాఁడు. (పరికించి) అదేమికారణమో, యతఁ డేదో యాలోచనామగ్నుఁడై యున్నట్లు కనఁబడుచున్నది. తెలిసికొందుఁగాక! (సలీము ప్రవేశింప) నాథా! మీరింత జాగుచేసితిరేల?

సలీ—తండ్రిగారు పండితకవులతోఁగూడి యుద్యానవనమందు నేఁడు కొంతతడవు కవిత్వగోష్ఠి నెఱపఁబోవుచున్నారు. ఆయనయా దేఁగినతర్వాత బయలుదేఱివచ్చుట మేలని కొంతసే పాలస్యము చేసితిని.

మెహ—మఱికొంతసే పెందుల కాలసించితిరి?

సలీము—ఏదో యాలోచించుచు మెల్లఁగా నడిచివచ్చుటచే మఱి కొంతసే పాలస్యమైనది.

మెహ—ఏదునుగూర్చియో యాయాలోచనము నాతోఁ జెప్ప వచ్చునా?

సలీ—చెప్పితినేని, నీవు ఖేదపడుదువు.

మెహ—మీతోడిపొందునకు నా కేయడ్డంకియు లేకుండునప్పుడు, మీ రేమాటలు చెప్పినను నాకు ఖేదము గలుగదు.

సలీ—అడ్డంకి గల్గినచో!

మెహ—కల్గినయెడల నాకు ఖేదముకాదా! ఖేదమే కాదు. మరణమే కలుగవచ్చును.

సలీ—నీకట్టిప్రేమము నాయందుఁగలదని యూహించియే నాతలపోఁతలనుగూర్చి చెప్పఁదలఁచుకొనలేదు.

మెహ—చెప్పుదురేని, రాఁగల ముప్పేదియేనియున్నఁ దప్పించుకొనఁగల్గుదు నేమో ! దయయుంచి చెప్పుఁడు.

సలీ—ముప్పేదియు లేదు. అయినను జెప్పెద, వినుము. నీవుమాత్రము నన్నుఁగూర్చి యన్యథా తలఁపరాదుసుమా !

మెహ—చిత్తమట్లేయుందును. వేగ చెప్పవేఁడుచున్నాను.

సలీ—ఒకనాఁటిరేయి నీతో వినోదలీలఁగడిపి తెల్లవాఱుజామున నగరికిఁ బోవుచుండ, నల్లమసీదుమెట్లమీఁద నొకముసలిది చచ్చిపడియున్నది.

మెహ—పాప మామె దీనస్థితికి వగచుచుఁ దలపోయుచు వచ్చితిరా ?

సలీ—అవును. అదిమాత్రమేగాదు. ఆమెకొక చక్కని కూఁతురు గలదు. తల్లినిగోల్పోయి దీనావస్థలోనుండియు, నాతరుణి యెంతయందముచే నొప్పుచుండెననుకొంటివి ?

మెహ—ఊఁహుఁ ! తెలిసినది.

సలీ—అప్పుడే తొందరపడకు, నేనుజెప్పునది సాంతముగా వినుము.

మెహ—ఇఁకఁజెప్పుట కేమున్నది ? ఆమెనుజూచి మీరుమోహించితిరి. అంతియేకదా ?

సలీ—వెఱ్ఱిమాట లాడెదవు. ఇదివఱకుఁ బ్రపంచములో నిన్నుమించిన సుందరులు లేరని దృఢముగా నమ్మితిని. ఇప్పు డామెను జూచినతర్వాత నాయభిప్రాయము మార్చికొనవలసివచ్చెఁగదా యని విచారించుచు వచ్చితిని.

మెహ—మఱియొకరి యందఁగత్తెను జూచుట తటస్థించునేని, మరల నీయభిప్రాయమును మార్చుకొందురు. కాముకుల యభిప్రాయము లూసరవిల్లిరంగులవలె నెప్పటికప్పుడు మాఱుచునేయుండుట సహజమేకదా !

సలీ—ప్రౌఢపాండిత్యము విశేషముగాఁగల్గిన నీకెల్లవిషయములును దెలిసినవే. కాని యామె యెవ్వర్తయో, యేమి పనిమీఁద నిచ్చటికి వచ్చినదో, తల్లిగతించినతర్వాత నెందేఁగినదో, తెలియకుండెను.

మెహ—ఇదంతయు జాలియేకాఁబోలు! ఆమె యెవ్వతెయైనఁ జక్రవర్తుల కేమిఃకాలెనోగదా!

సలీ—చక్రవర్తులకే యందఱిక్షేమోదంతములును గావలయును.

మెహ—సరియే, కావలయుననియే యనుఁడు. ఇప్పు డేమందురు?

సలీ—ఏమనుట కేమున్నది? ఆమె దివ్యసుందరవిగ్రహము నాహృత్ఫలకమున స్థిరముగాఁ జిత్రింపబడియున్నది. దానింజింతించుచు వచ్చుటచేఁ గొంతయాలస్య మైనది.

మెహ—(తనలో) ఈనడుమ నొకసుందరాంగి యంతఃపురములోనికిఁ బండ్లు తెచ్చుచున్నది. దానిసోయగముఁ జూచి యాఁడువారే యచ్చెరువొందుచుండిరి. అమెయే యీమెయైయుండునా? కానిమ్ము, చూతునుగాక. ఇప్పుడు సంభాషణము మార్చెదఁగాక! (ప్రకాశముగా) మనోహరా! ఊరక యిట్టి వ్యర్థసంభాషణఁబొనరించుటకా నన్నీయుపవనమునకు రమ్మంటిరి?

సలీ—(తనలో) ఈమెతో నే నెప్పటిచొప్పున వర్తింపకుందునేని, నన్నుఁగూర్చి యన్యథాతలంచి దుఃఖింపవచ్చును. కాని యెన్నివిధములఁ బ్రయత్నించినను, దన్మనోహరాకృతిని దుడిచివైవఁజాలకుంటిని. మెహర్‌తో మునుపటియనువున మెలంగఁజాలకుంటిని. అయినను నాసాధ్యమైనంతమట్టునకుఁ బ్రేమ నటింపఁజూతునుగాక. (ప్రకాశముగా) సుందరీ! క్షమింపుము.

నేను ప్రసంగవశమునఁ దత్కాంతఁగూర్చి వచించితిని గాని, యామెను బ్రేమించి కాదుసుమా!

మెహ—అట్లయిన సంతోషమే, కాని నేను దమయర్ధాంగినని లోకమునకు వెల్లడించుకొను భాగ్యము నా కెప్పుడుగల్లును?

సలీ—ప్రియా! అదియే నేనుందలపోయుచుంటిని. నే నీజగన్నాటకరంగమందుఁ దాల్పవలసిన భూమికలు పెక్కులగుటచేఁ బ్రధానవిషయములకుఁ దావు లేకున్నది.

చ. జనకుసమక్షమందు నతి । సల్పుచు నిల్చి యమాయికత్వమున్
గనఁబడఁజేయఁగావలయు । నాసతిసన్నిధి నిర్మలంపుఁ బ్రే
మనటనముం బొనర్పవలె । మానిని! నీయెదుటన్ మదీయ ర
క్తిని వెలిపుచ్చఁగావలయుఁ । గృత్యము లిన్ని యెటులొనర్తునో!

వీలగునంత కొలఁదికాలములో నేను మాతండ్రిగారితో నిన్నుఁగూర్చి నిపుణముగా మాటలాడి నిన్ను దేవేరిగానొనర్చుకొందును. నిన్నెప్పటికైనఁ బట్టపుదేవిగాఁజేసి తీఱుదునని దృఢముగా నమ్ముము.

మెహ—(నవ్వుచు) తమ రెన్నినటనములైనఁ జల్పఁగలసమర్థులు. ఎటులైన నేను ధన్యురాలనుగదా? (వంగి సలామొనర్చును.)

సలీ—(లేవనెత్తి కౌఁగిలించుకొనును.)

మెహ—తే. గీ. పనికిమాలినవస్తువు । పగిదిఁ దల్లి
దండ్రులే బాటప్రక్క వ । దలినహీను
రాలిఁ బ్రభువరు లింతగా । రవముఁ జేసి
మనుచుట మదీయసుకృతంపు । మహిమగాదె?

సలీ—సుకృతవిశేషముచేతనే నీకిట్టి యతిలోకసౌందర్యమబ్బినది. ఇది నిన్నేయననేల? కన్నులున్న యెట్టిమానవునైనఁ గరఁగింపక మానదు.

తే. గీ. నిరుపమానమై వెలిఁగెడు । నీదురూప
కాంతిఁ జూచియే సకలజ।గంబునకును
వెలుతురీఁగల దానవన్ । దలఁపుగలిగి
క్రొత్తగా నూర్జహానాఖ్యఁ । గూర్చియుంటి.

మెహ—పేరుల కేమిభాగ్యము? నేఁడు నాకట్టిబిరుదమిచ్చి, రేపు మఱియొక యందగత్తెకుఁ ద్రిలోకసుందరి యను నర్థమిచ్చు వేరొక బిరుద మీయఁగలదు. ఇంతేగదా?

సలీ—ప్రియా! నీవు నన్నిట్టు లపహాస్యమొనర్చిన, నే నెట్లు తాళఁగలను? నేను బహుభార్యావల్లభుఁడ నైనను, నాకు నీయందుఁ గలుగు ప్రేమమునకును, దదితరస్త్రీలయందుఁ దాత్కాలికముగాఁ గల్గు ప్రేమకును జాలభేదముండునుజుమా!

మెహా—ప్రేమ లిన్నిరకములుగలవి యుండునని నేనెఱుంగను.

సలీ—ఏదీ, నీవు నన్నుఁ గన్నారఁజూచి నాకు నీయందుఁగల ప్రేమ మెట్టిదియో గ్రహింపుము. (సానురాగముగ నావంకఁ జూచును.)

మెహా—(చిఱునవ్వుతో ననురాగదృష్టులఁ బరపి యంతలోఁ జూపు మార్చి) నాథా! మీ మెడయందు సదా కాంతులవెదఁజల్లు రతనాలహారమెద్ది? నేఁడు దానినేల తీసితిరి?

సలీ—(తడవిచూచుకొని) చెలీ! అవునుజుమీ! అదియెక్కడఁబడిపోయినదో కదా! నేను దీసికొనియుండలేదే!

మెహా—ఏమీ? తీయలేదా? దారిలో జాఱవిడిచితిరేమో! వెంటనే పోయి వెదకింపుఁడు.

సలీ—అందున్న నాయకమణి నాయౌవరాజ్యపట్టాభిషేకసమయమునఁ దండ్రిగారిచ్చియున్నారు. దానిని బోఁగొట్టుకొందునేని, వారికిఁ జాలఁగోపమువచ్చును.

మెహ—మీరు పోఁగొట్టుకొంటిరనియు వారు నమ్మరు. ఏప్రియురాలికో బహుమానముగా నిచ్చియుందురని యనుమానపడుదురు.

సలీ—నిజమేసుమా! ఈఁకఁ దడయక దానియన్వేషణమునకై కడంగెదఁగాక. నీవును దీనింగూర్చి బయలువుచ్చనీయక నీయంత నీవే వెదకబొమ్ము. (మెహర్ లోనికేఁగును. సలీము మెల్లఁగాఁ దోఁటవీడివచ్చుచుఁదనలో) నే నామోహనాంగిపై మనసు నిల్పికొని యామెరూపమునే ధ్యానించుచు వచ్చుచుంటిని. అప్పుడప్రయత్నముగాఁ బదకముపైఁ జేయివైచితినని యనుమానముగలదు. అయ్యెడ నాహారము చీలయూడి నేలరాలి యుండును. అది యేనౌకరునకో చిక్కియుండును. ఎవరికిఁ జిక్కినదని తలంచి దండింతును! ముందుగా నేవళము పోయిన మాటయే తెలుపఁగూడదేమో! ఏమైనఁగానిమ్ము. పోయి దుర్గరక్షకుల నరసెదఁగాక. (ఆలోచించి) అక్కటా! నూర్జహానుతో సంభాషించుచుఁ దండ్రిగారొనర్చు పండితకవులసభ కేఁగనైతినే! నన్నాసభకు రమ్మని ప్రార్థనమైనతోడనే యాయన చెప్పిపోయెనే! ఇంచుక యాలస్యమైనను వత్తునంటినే! ఆయన నన్నుఁగూర్చి యేమని తలఁచునోకదా! ఇదియెట్లు కప్పిపుత్తును? అన్నియుఁ జిక్కులే. కానిమ్ము. దైవమేగలఁడు. ఆవేళకేదో తోఁపింపకపోవునా? (నిష్క్రమించును. నదిరాప్రవేశించును.)

నది—(తనలో)

మ. అకటా! భ్రాంతివశాత్మనైతి, నతఁ డుల్లాలోచనామగ్నుఁడౌ
టకు నేనేతగుహేతువంచుఁ బలుకాడంజొచ్చితిన్, భృంగరా
జకిశోరంబు మరందమానఁదగు పుష్పంబొక్కటేయున్నె? రా
జకుమారుండు విరాళి నిల్పనగు కంజాతాక్షియొక్కర్తయా?

నృపసుతుఁ డట్లు ద్రుతగతింబోవుట యొక్కసుందరి కొఱకని యెఱుఁగక వెంబడించితినే! అక్కటా! మోసపోయితిఁగదా! (ఇంచుక యోజించి) ఆఁ! ఇందుమోసమేమున్నది? చక్రవర్తితనయుఁడు, రసికాగ్రగణ్యుఁడు. అట్టివానిపై వలపునిలుపు వనితలెందఱో యుందురుగదా! వలపుపట్ల నెల్లరకు స్వాతంత్ర్యము గలదు. దానికై నేను జింతింపఁ దగదుగదా!

మ. హృదయక్షేత్రమునందుఁ బుట్టిన పవిత్రేచ్ఛాలతాంకూరమున్
బదిలంబొప్పఁగఁ బెంపఁజూచెద, జగద్బంధుండు రాట్పుత్రకాం
బుదముల్ నాకయిపంపి తత్సదయదృక్పాతాంబువుల్ సల్లఁడే
యుదితోత్సాహముతోవిరుల్ దొడఁగదే యొప్పారనేనాఁటికేన్

(ఇంచుకయాఁగి) నే నిక్కడ నిట్టి వెఱ్ఱియాలోచనములతో నిల్చియుందునేని, నాధర్మము నెఱవేర్పకపోవుదునేమో! శీఘ్రముగాఁ బోయి యమ్మగారి కీపండ్ల నిచ్చి వత్తునుగాక. మరల నాప్రభుని దర్శనములభించినపుడే యీరత్నసర మాతనికీయఁ బ్రయత్నింతును. ఇప్పుడేయీయవలెనా?

(నిష్క్రమించును.)

ఓమ్

అనార్కలి.

ద్వితీయాంకము.

ప్రథమరంగము.

రంగము—ఉద్యానవనము.

[ప్రవేశము- అక్బరు, మంత్రివీరబలుఁడు, కవులు. అక్బరు పట్టుపఱపుపై నాసీనుఁడైయుండును. చెంత వీరబలుఁడు కూరుచుండును. ఎదుటఁ గవులు కూర్చుండియుందురు.]

అక్బ—కవిపుంగవులారా! నిన్నటిదినంబునఁ గేవల వ్యంగ్యప్రధానములైన కవనములంగూర్చి ముచ్చటించి కొన్నిసమస్యలను బూరింపఁగల్గితిమి. మీ శేముషీవిశేషము మిగులఁ గొనియాడఁదగినదని యెఱింగితిమి. నేఁడుకూడ నొకచిన్నిసమస్యనిత్తుము. దానిని మీర లయిదునిముసములలోఁ బూరింపవలయు. మేముగూడఁ బూరింపయత్నింతుము.

వీర—ప్రభూ! తా మింతకుముందే యొకసమస్యను బూర్తిచేసికొని వచ్చి, కవుల నోడించుటకు రెండునిముసములలోనే ముగించితి మందురేమో!

అక్బ—నీ తెలివికి మెచ్చితిమిగాని, మే మట్టి మోసమొనర్తుమనియా నీయూహ?

వీర—తా మీయఁబోవు సమస్య నేను గోరువృత్తముమీఁదిదై, నే నిచ్చు ప్రాసముగలదై యుండునా? అప్పుడు తాము మోసము చేయువారు కారని నమ్మఁగలము.

అక్బ—అటులే కానిమ్ము. నీ కేప్రాసము కావలయు? ఏవృత్తపాదమిమ్మందువు? నీయభీష్టమే తీర్తుముగాక. వయస్యుని సంతసపెట్టుటయే మాకును నిష్టముగదా?

వీర—(ఆలోచించి) 'ఘ్న' ప్రాసముమీఁద నొకమహాస్రగ్ధరాపాదమిండు.

అక్బ—ఆశువునందు దుష్కరప్రాసములును, మూలలనుండు వృత్తములును నడుగరాదని యెఱుఁగవా ?

వీర—అట్లులైనఁ దేలికదగు లకారప్రాసముమీఁద నొక మత్తేభవృత్తపాదమిండు. మీసమస్య ముగిసినతర్వాత నేనుగూడ నొక సమస్యనిత్తును.

అక్బ—నీవుకూడ నట్టివృత్తమును ప్రాసమునే యవలంబింపవలయుఁజుమా !

వీర—చిత్తము.

అక్బ—(ఇంచుక యోజించి) ఆఁ ! కుదిరినది.

"ఫలకాలంబున నిన్నుఁజూచి నగనా । పల్మాఱు పల్విచ్చుచున్ !"

దీనిని బూరింపుఁడు. మేమును బూరింపఁ బూనెదము.

కవిI—ఏలినవారు మహాప్రతిభావంతులు. మే మెంతటి యాశుధారగల్గువారమైనను దమతోఁ బోలఁగలమా ?

కవిII—(లేచి యాశువున)

చ. నిముసములోఁ గవిత్వమును । నేర్పునఁ జెప్పఁగలాఁడనంచు గ
ర్వమున వచించు సత్కవియు । వంపలెంగద యాదలం బ్రభూ

త్తముల సమక్షమందు, బహు।ధా ప్రతిభాన్విత చక్రవర్తితో
సమముగఁ బద్యము న్నుడువ।శక్యమ మాదృశపండితాళికేన్?

అక్బ—మీసౌజన్యముచే నిట్లు పల్కుచున్నవారలుగాని, మీపాండిత్యములో మాదెన్నవవంతు?

కవిIII కం. పండితకవిపుంగవస
న్మండలిలో మండనంబు। మాప్రభువను మ
ర్గండుకవుల్ సైతము మిముఁ
గొండాడుచు నుందురిగాదె। కోవిదచంద్రా!

కవిIV కం. సరసకవీంద్రోజ్జ్వలమణి
సరమున మాచక్రవర్తి। సర్వవిధములన్
దరళంబై యొప్పుననుచు
సరసుల్ వచియించిరి పలు।సారులు సభలన్.

అక్బ—కవిసింహులారా! మీపొగడ్తలకేమిగాని, యింక సమస్యాపూర్తి గావింపఁ బ్రయత్నింపుఁడు.

వీర—ప్రభూ! పొగడ్తల కలవడినవాక్కే కవిత్వము. ఏలికలవలని చీవాట్ల కలవడినదే యుద్యోగము!

అక్బ—నీ కీనడుమ నట్టిచీవాట్లు తక్కువగానే ముట్టుచున్నవి. ఇఁక మీఁద నీకు వానిని ముమ్మరముగా ముట్టఁజెప్పఁ జూతుములే.

వీర—స్వామీ! తమచీవాట్లు పెసరట్లకన్న నాకు హితవులైనవి. తా మెంతముమ్మరముగా ముట్టఁజెప్పినను నాకుఁ జాలునని నానోటితోననను.

కవిI—(లేచి) సార్వభౌమా! దీనిని జిత్తగింపుఁడు.

అక్బ—ఏమి! గడువు ముగియకుండఁగనే పూర్తిఁజేసితిరే! ఏదీ చదువుఁడు.

కవి I —

మ. చిలుకా! క్రోఁతులనింగ సేయుమనఁటే ఱ సిగ్గింతయుఁ గ్లేక? మా
టలువచ్చుంగదయంచుఁ దోఁచినటు లాఱకంజెల్లునా? పండ్లదొం
గిలుటన్ నేర్పినదీవకాదె? పలుగాఱకీ! తాళుమీ, యంశుమ
త్ఫలకాలంబున నిన్నుఁజూచినగనా ఱ పల్మాఱు పల్వెచ్చుచున్.

ఒకక్రోఁతి యొకరియింటఁ జొరబడి యందుఁగలపండ్లను దొంగిలికొని పోవుచుండ వాఁకిటఁ బంజరములోనున్న చిలుకచూచి దానినధిక్షేపించినది. దానింగాంచి క్రోఁతియిట్లు బదులుచెప్పి పండ్లతో నావలికిఁ బాఱిపోయినది.

అక్బ—బాగు. లలితపదములతో ధారాళశైలినే రచించితిరే! మెచ్చితిని.

వీర—సార్వభౌమా! అందు నంశుమత్ఫలమని చెప్పుటలో విశేష మెద్దియు నాకు గోచరింపదు. అదిగాక చిలుకల కరంటిపండ్లపై నెక్కువ మక్కువ లేదేమో యని నాయనుమానము.

అక్బ—వయస్యుఁడు చెప్పినమాట సత్యమే. అయినను బద్యము కొనియాడఁదగిన రీతినే రచింపఁబడినది. మఱియెవ్వరేని పూర్తిగావించిరా?

కవి II—దేవా! ఆలకింపుఁడు.

మ. చెలియా! కూఁతులపైని నీ కతిశయిం ఱ చెనోహమం చాడుదే?
లలనా ధర్మమెఱింగియున్న నిటుపఱల్కం జాలుదే? దాహ్యదం
బలకెన్నికుఁ దినంగనుండి మచులే-లా? రేపు సత్పుత్రికా
ఫలకాల-బున నిన్నుఁజూచి నగనా ఱ పల్మాఱు పల్వెచ్చుచున్.

అక్బ—ఏమీ! ఒక ప్రౌఢాంగన యొకముగ్ధాంగనంగని యిట్లు పచించినదా? లెస్సఁగానే చెప్పితిరి. కల్పితాంశమున్ను బాగుగనే యున్నది.

(నదిరా యత్తఱిఁ బండ్లతట్ట తలపైనిడుకొని యాదారిని బోవును.)

వీర—మహాప్రభూ! తమకన్నియు లెస్సఁగానే కన్పట్టును. ఉత్తమ స్త్రీ లెచ్చటనైనఁ బల్విచ్చి నవ్వుదురా? అది పొరపాటు గాదా?

అక్బ—"ఏకోహిదోషో గుణసన్నిపాతే । నిమజ్జతేందోః కరణేష్వివాంకః" అని కాళిదాసమహాకవి చెప్పియున్నాఁడు గదా! ఒక్కయల్పదోషమును బాటింపరాదు. మంచియెక్కువగా నున్నప్పుడు దానినే గమనింపవలయును. (నదిరా వంకఁజూపుచు) కవిపుంగవులారా! ఆమెదుటఁ గన్పట్టు సుందరాంగిని గాంతురేని మీసమస్య తేలికగాఁ బూర్తిగావింపనగును.

కవి II—ఏలినవారు నాపద్యమును జిత్తగింతురు గాక యని వేఁడుచున్నాను. తమ యుపదేశము ననుసరించియే రచించితిని.

మ. "ఫలరాజం బనుపేరుగాంచితి, మహాస్వాదుస్వభావన్, మహీ
తలమెల్ల న్నను గౌరవించు,"నని చూతంబా! వచింతే? భిష
క్కులఁ బ్రశ్నింపుము, చూతదాడిమల బాగుల్లెల్లఁదా, నంతమ
త్ఫలకాలంబున నిన్నుఁజూచి నగనా! పల్మాఱు పల్విచ్చుచున్.

అక్బ—మేలు. ఇది చూతదాడిమల సంవాదమా? కాని యాసుందరి చూచి మెచ్చునది యొకపుష్పవిశేషమే!

వీర—భిషక్కులఁ బ్రశ్నింపుమనుటలోఁ గవి యభిప్రాయప్రాగల్భ్యమంతగాఁ గనఁబడకున్నది. చూతములోనుండు గుణవిశేషము దాడిమకు రాదు. దాడిమలోనుండు గుణాతిశయము చూతమునకు రాదు. ఒకప్పుడొకటి, మఱియొకప్పుడింకొకటియుఁ బథ్యవస్తువులు.

అక్బ—రెంటిలో దాడిమ సర్వదాపథ్యము గదా?

వీర—పలికినవారు శ్లేషగాఁ బలుకుచున్నారు. సర్వథా పథ్యమనియా, లేక, సర్వథా అపథ్యమనియా తమ యభిప్రాయము ?

అక్బ—నీ యాక్షేపణముల కేమి లెమ్ము. (నాలవవానిఁ జూచి) అయ్యా ! మీరు పూరించితిరా ?

కవి IV—భూమీశా ! నేను కేవలపురాణగాథ యొండెత్తుకొని సమస్యను బూరించితిని. చిత్తగింపఁ బ్రార్థించుచున్నాను.

మ. తులవా ! సాధ్వీమహీజ, కారనిలుపన్ దోషంబుగాదే ! మహా
త్ములు శ్రీరాఘవు లిర్వురుంగినిసి బంధుశ్రేణితో నిన్ను భూ
తలపాతం బొనరింతు, రంత భవదౌద్ధత్యంబు చల్లాఱు దు
ష్ఫలకాలంబున నిన్నుఁ జూచి నగనా పల్మాఱు పల్విచ్చుచున్.

అక్బ—ఆహా! బాగుగానున్నది. ఇట్టు లొక వానరుఁడు రావణునితోఁ బల్కియుండఁబోలు ?

కవి IV—హనుమంతుఁడే పల్కినట్టు లూహించి వ్రాసితిని.

వీర—కోఁతిపల్కుట గావునఁ బల్విచ్చి శబ్దము సార్థకముఁ జేసితివి. ఇఁక సార్వభౌములపద్యమును విందుముగాక. అవల నాసమస్య నెఱింగింతును.

అక్బ—మీరందఱు మఱియొక్కసారి యా నారీమణి వంకఁ జూడుఁడు. ఆమెను జూచిన నాకును నాశుకవిత్వముఁ జెప్ప బుద్ధిపుట్టుచున్నది.

తే. గీ. మబ్బుచీర ముసుఁగు పవమాన యువకుఁ
డొత్తిగింపఁ బసిఁడినిగ్గు లొప్పమేన
సాంధ్యలక్ష్మియుం బోలె నెసంగుచుండె
నవ్యకాంతుల నీను చానాతిమిన్న.

కవులు—ఆహా ! ఏమి సార్వభౌముల కవితా మాధుర్యము !

వీర—ముదుసలులే యిట్టి శృంగారవర్ణనములయం దాసక్తిఁజూప సగమునరసిన నాకేల యట్టి ధోరణిపుట్టరాదు ?

అక్బ—ఇఁక నాపద్యమును జదివెద. దీని రచనకాకనఁబడు యువతి స్థితియే కారణమని యెఱుఁగుఁడు. ఆమెచేత గ్రహించినది దాడిమకోరకము. ఎదుటఁజూచి వింతపడునది మల్లెపువ్వు. ఒకటి వికసించి సౌరభము లీనుచున్నది. ఇంకొకటి సగము విడిచి సౌమ్యకాంతులు వెదఁజల్లుచున్నది. రెంటికిఁ గలభేదమే యీమెయరయుచు నచ్చెరువొందుచున్నది. ఆయచ్చెరువాటునాసమస్యాపూరణమునకు మిగులననుకూలించినది. వినుఁడు.

మ. లలితామోద మరందసంపదలు గల్గన్ మల్లికా! గర్వసం
కలనన్ నవ్వెదె ? తేటితేని యనురాగస్ఫూర్తికిం జాలు న
త్కులసాఫల్యముఁ గాంతు,రాగయుతనాదున్,నీకు లేదవ్వి,మత్
ఫలకాలంబున నిన్నుఁజూచి నగనాపల్మాఱు పల్విచ్చుచున్.

వీర—అని యిట్టు లెవ్వరు పల్కుచున్నవారో ?

అక్బ—దాడిమకోరకము.

కవులు—ఆహా ! ఇది కవనమా, యిక్షురసమా ?

వీర—ఇక్షురసమో యల్లపురసమో తెలియఁజేసెద. నే నిచ్చు సమస్యకూడఁ బూర్తిచేయుఁడు. ఇదే కడపటిపాదము. జేఁ డిచ్చిన ప్రాసముతోనే యట్టి వృత్తపాదమే యిచ్చుచున్నాను.

"చలివేళం జెలిలేని జన్మము వృథాచంచద్వయస్యాలికిన్."

అక్బ—వయస్యా ! వారు నీసమస్యఁ బూరించులోపల మన మాకాంతామణి నిటు లొకసారి పిలిపించి యామె నేను దలఁచు నభిప్రాయముతోనే యచట నిలిచినదో లేదో పరీక్షింతము.

వీర—చిత్తము. అటులే చేయవచ్చును. కాని తాముఁగూడ నాసమస్యను బూర్తిచేయరా ?

అక్బ—ముసళులమని నీవే పల్కితివిగాదా ? ఇట్టి శృంగారసమస్యలు ముసళుల కెట్లు సరిపోవును ?

వీర—సరిపోకేమి ? సరిపోకున్న, నిప్పు డాసుందరి నెందులకు రమ్మందురు ?

అక్బ—(కన్ను లెఱ్ఱఁజేసి) అధికప్రసంగముచేయక యామె నిటు రావింపుము.

వీర—(భయము నటించుచు) చిత్తము. ఓరీ, సేవకా! ఆదాడిమ వృక్షముకడ నిలిచిన స్త్రీని ప్రభువువారు రమ్మని సెలవిచ్చు చున్నారని తెలిపి కొనిరమ్ము.

కవి I—ఆర్యా! మంత్రిపుంగవా! తా మిచ్చినసమస్య నిట్లు పూరించితిని.

మ. ఎలఁ బ్రాయంబు గలాఁడ, వందమున నెంతేఁ గీర్తిమంతుండనై
లలితైశ్వర్యధురీణతం బరఁగి యుల్లాసంబుగానుందు, వెం
డుల కీర్తిగ బ్రహ్మచారివయి సీతుంబొంది దుఃఖింతు, వీ
చలి వేళం జెలిలేనిజన్మము వృథా చంచద్వయశ్శాలికిన్.

వీర—భేష్! బాగుగాఁ జెప్పితివయ్యా! సీతుబాధ దుప్పటిఁ గప్పుకొన్నఁ దీఱునుగదా. చెలి యేలకావలయునో విప్పిచెప్పనైతి వే!

కవి II—అయ్యా! నాపద్యము వినుఁడు.

మ. తలిమంబుం బరిరంభమొంది పటుచింతంగూర్కు నీకేల? పిం
డిలిభార్య న్బిలిపింపరాదె! యిటు లొంటిన్ యావనంబెల్లఁగు
శలసావాసమునందుఁ బుచ్చి నయశీలన్ దార నేడ్పింతువా?
చలివేళంజెలిలేని జన్మము వృథా చంచద్వయశ్శాలికిన్.

అక్బ—ఇది నీతిదాయకమై మనోజ్ఞమైయున్నది.

వీర—మనోజ్ఞత కేమి లెండు! "మంచపుఁబట్టైన గౌఁగిలించుకొనుట యేల" యన్న మాటయేగదా. యేలినవారి కంతమనోజ్ఞత గల్గించినది?

కవిIII—సచివా! నాపద్దెమును వినుఁడు. ఇది తమ కించుక రుచింప వచ్చును.

మ. వెలయాండ్రెందఱో పెక్కుభంగులను సేవింపన్ మహోత్సాహలీ
లలఁ గ్రీడించెదు నీవు నేఁ డిటులఁ గాలక్షేప మొక్కండవే
సలుపం గారణమేమి? మిత్రమ! యహో! సన్న్యాసివైతే? పురే
చలివేళం జెలిలేనిజన్మము వృథా చంచద్వయశ్శాలికిన్.

వీర—ఇది కొంచెము నచ్చినది. "భంగుల" శబ్దము చక్కఁగాఁబడినది. పురేపద మన్యదేశ్యము కాఁబోలు. చాలుననియా నీ యర్థము?

కవిIII—చిత్తము.

కవిIV—నాపద్య మెట్లున్నదో తెల్పుఁడు. మేనక విశ్వామిత్రునితో నిట్లన్నది.

మ. కలకాలంబుఁ దపంబుసల్పుటయె ముఖ్యంబంచు నూహింతువా?
యిలపై సౌఖ్యములందుఁ జెప్పు, డలవాణీశుండుమాత్రంబు భా
మల కాసింపఁడె, చాలు, రమ్మిఁక నను న్మన్నించి కైకొమ్మి యీ
చలివేళం జెలిలేనిజన్మము వృథా చంచద్వయశ్శాలికిన్.

వీర—అయ్యో! నీకుఁ బురాణగాధలే కాని స్ఫురింపవా? ప్రకృతినుండి సౌందర్యమును గ్రహింపఁగలశక్తి నీకు లేదన్నమాటయే. ఇందాఁక ప్రభువులసమస్యకును బురాణగాధయే యెత్తితివి. అపరసూతుఁడవు కాఁబోలు! అదిగాక మేనక వసంతర్తువునందు విశ్వామిత్రుని తపంబుఁ జెఱిచినటుల గ్రంథములందుండఁగా, నీవు హేమంతర్తువు పెట్టితి వేమి?

అక్బ—నీ కన్నియుఁ దప్పులుగానే కనఁబడును. ఏదీ నీపద్దెమును జదువుము.

కవులు—అమాత్యశేఖరుల పద్యమును వినఁ దత్తరపడుచుంటిమి.

వీర—మీరును సార్వభౌములును నామనస్సును గలఁచుటచే నాపద్దెమంతరసవంతముగాఁ గుదురకున్నది. అయినను జదివెద. వినుఁడు.

మ. అల కాశ్మీరపుసేలువల్ వెనుకఁ ద్రోయంజాలు మేల్వెట్ట నీఁ
గలదైయొప్పు హిమంతవేళల, నిదాఘంబప్డు నీహారపుం
జలమట్టుల్ గడుశైత్యమీఁగలుగు, నీజాయామణి న్వీడితే?
చలివేళం జెలిలేనిజన్మము వృథా చంచద్వయశ్యాలికిన్.

అక్బ—నీపద్దె మెంతమాత్రమును మేము మెచ్చుకొనము. అందఱును మెచ్చునట్లు కవితసేయుట యితరులకైత నాక్షేపించుట యంతటి తేలికపనిగాదు.

వీర—నన్నుఁ జీవాట్లుపెట్టుట కేలికలకు సందుదొరకినది. దాని కేమిగాని యదే తమరు కోరు యువతివచ్చినది. ఆమె నేదో యడిగెద మంటిరిగదా, యడుగుఁడు.

[భటునితో నదిరా ప్రవేశించును.]

నది—(భయము, సిగ్గు నటించుచు నిలుచును.)

అక్బ—(తనలో.) ఆహా! యేమి యీవనితలావణ్యము! ఎవరిపిల్లయో కదా? సద్వంశసంజాతవలెనే కనఁబడుచున్నదే! ఏల యీ దాస్యవృత్తి కొడంబడినదో కదా? అయినను దెలిసికొందుఁ గాక. (ప్రకాశముగా) అమ్మాయీ! నీ వెవరిదానవు? ఎందుల కీదారిని బోవుచుంటివి?

నది—(తలవంచి) ప్రభూ! మాది పారసీకదేశము. నే నొకగౌరవవంశమునఁ బుట్టినదాననే. కాని కాలము దప్పివచ్చుటచే ఖాను

మారుగారి యింట దాస్యమునకుఁ గుదిరితిని. ఆయన యా
జ్ఞపై నీకోటలోఁ బ్రవేశించితిని.

అక్బ—నీతలపై నున్న తట్టలోనిది యేమి?

నది—దాడిమఫలములు.

అక్బ—ఎవరికొఱకు కాఫలములు?

నది—దివాణమువారికొఱకే.

అక్బ—సరియే. నీ విందాక నాదాడిమవృక్షముకడ నివ్వెఱపడి నిలిచితివి. కారణమేమో చెప్పుదువా?

నది—ఆచుట్టుఁబట్టులనుండు పువ్వులసొగసును జూచి యానందించుచుంటిని.

అక్బ—అంతమాత్రమేయగునా? నీవు దాడిమకోరకము చేతఁబట్టి యెదుటి మల్లికాకుసుమమువంక నొకపరి, చేతిలోనికోరకము వంక నింకొకపరి చూచుచుంటివే! ఏయుద్దేశముతో?

నది—(చిఱునవ్వుతో) నా కేవో వెఱ్ఱియుద్దేశములు కలిగి యిట్లు చూచితిని.

వీర—ఆవెఱ్ఱియుద్దేశములేవో చెప్పు. భయములేదులే. ప్రభువా రేమియుఁ దప్పుగాఁ దలఁపరు. వీలయిన నీకోర్కె నెఱవేర్తురు. చెప్పు.

నది—(దరహాసముతోఁ దలవంచి) నరనాథా! ఒకతుమ్మెద మల్లెపై వాలి మకరంద మాస్వాదించుచున్నది. మల్లె వికసించియున్నది. దాడిమముకుళ మరవిడియున్నది. అప్పు డాముకుళము నభిప్రాయ మెట్లులుండునోయని తలపోయుచు నిలిచితిని.

వీర—సెబాస్! ఏలినవారు నీహృదయము లెస్సఁగా గ్రహించి నీ యభిప్రాయమున కనుకూలించు పద్దె మొకటిరచించిరి. "రవి గాననిచోఁ గవిగాంచునే కదా" యన్న మాట యిట విస్పష్ట

మయ్యెను. ప్రభువరులు మఱియొక్కమారి యాపద్దెముం జదివి యీసుందరి నలరింతురుగాక యని వేఁడుచున్నాము.

అక్బ—(ముసిముసినవ్వులతో) అట్లేకానిండు. మీకోర్కెయే తీర్తుము గాక. సుందరీ! వినుము. (మరలఁ బద్దెముం జదువును)

నది—(ఆశ్చర్యపడుచుఁ దనలో) ఆహా! ఏమి యీప్రభువు ప్రతిభ! ‘తేటతేని’ యని పల్కుటలో నాహృదయగతాభిప్రాయ మెల్లఁ జూచుకొన లేదుగద? లేదు లేదు. నాబాహ్యాచర్యనే యీతఁడు గ్రహింపఁగల్గియుండును. తేఁడుశబ్దము ఘుణాక్షరన్యాయముగా నా యాంతరంగికాభిప్రాయమున కన్వయించినది.

అక్బ—ఏమి, మాటాడవు? నీయుద్దేశమునకు మాపద్దె మతికినదా?

నది—ప్రభూ! ఏలికలు నాయుద్దేశమును బరిపూర్ణముగా గ్రహింపఁ గలిగిరి. నివ్వెఱపడి యేమియుం బలుకలేకున్నాను.

అక్బ—నీమాటలపొందికయు, నీనడలతీరును మాకు ముదముం గూర్చినవి. నీవు మాకోట నుండఁదగినదానవుగాని, ఖానుమూరు వంటి పేదవానియింట నుండఁదగవు. నీ కిదివఱకెట్టి పేరున్నను నేఁటినుండి నీకు దాడిమకోరక మను నర్థమిచ్చు “అనార్కలీ” యను నామమిడితిమి. నీవిఁకమీఁద ఖాను నింటికిఁ బోనక్కఱలేదు. మాకోడలగు నంబరరాజకుమారికడ నుండుము, పొమ్ము.

నది—(వంగి సలామొనర్చుచు) ప్రభూ! కృతార్థురాలను. (మెల్లఁగా నడచిపోవును)

అక్బ—(నదిరావంకఁ జూచుచు) వీరబలా! ఇది నిక్కముగా మనదివాణములో నుండఁదగినదే సుమీ!

వీర—అది యుంచఁదగినది. ఏలినవా రుంచుకొనఁదగినది. (నవ్వును)

(తనలో) మీరుగాకున్న మీకొడుకు పోనీయఁడు లెండు. అతఁ డొకతుమ్మెదగదా?

అక్బ—నీపరియాచకముల కేమిలెమ్ము. నేఁటి కీఁక సభఁజాలింతము. కవులను యథోచితముగాఁ బారితోషికములచేఁ దృప్తిపఱుపుము.

(తెరపడును)

ద్వితీయరంగము.

రంగము—ఉద్యానవనము.

[ప్రవేశము—సలీము]

సలీ—అక్కటా! మణిమాల నెచ్చట జాఱవిడిచితినో కదా! మఱియే యితరసరముపోయినను, నే నంతగా విచారించియుండను. నాజనకుఁ డేది భద్రముగాఁ గాపాడుకోవలయునని నన్ను శాసించెనో యదియే పోనా? ఏమిదుర్దినములు వచ్చినవి! ఎందఱి నడిగినను నే మెఱుఁగమనువారేగాని, యెంతయాసపెట్టినను నెట్లుభయపెట్టినను, నావస్తువు నాకిచ్చువారు గాన్పింపరైరి.

ఉ. నవయువతీమణిం గనిన । నాఁటనుగోలెఁ జలించియున్న మ
త్ప్రవిమలమానసాంబుజము । పై మెహరున్నిసవేఁడియూరుపుల్
దవిలి యొకింతవాడె, నవ । లన్మణిమాలికపోయియుంట ను
ద్భవమగు తాపవాయువులు । తత్సుమము న్వసివాళ్లవార్చెడిన్.

[ప్రవేశము—ముందు భటుఁడునడువఁ
జక్రవర్తియు వీరబలుఁడును.]

వారుగో జనకులు! వారు కవిత్వగోష్ఠి నెఱపి మరల నగరికిఁ జనుచున్నవారు కాఁబోలు! (తండ్రి సమీపింప వంగిసలామొనర్చును.)

అక్బ—(ఆఁగి) కుమారా! ఏల యిచ్చట నుంటివి? నేఁటి పండిత సభకు నీవు రాలేదేమి?

సలీ—తండ్రీ! యువరాజపట్టాభిషేకమునాఁడు తాము నాకొసంగిన మణిమాల యెచ్చటనో జాఱవిడిచితిని. దానిని వెదకించుచుఁ దిరుగుచుండుటచే సభకు రాఁజాలకుంటిని.

అక్బ—ఏమీ! ఆమణిమాలనే పాఱవైచితివిగా?

సలీ—చిత్తము. (సిగ్గుపడి తలవంచును)

అక్బ—(సాభిప్రాయముగా) పొరపాటున నెవ్వరికేని యిచ్చియుంటివేమో జ్ఞప్తికిఁ దెచ్చుకొమ్ము.

వీర—అవును బాబూ! తమరు విహారసమయమున నెచ్చెలుల కెవ్వరికేని యిచ్చి మఱచియుండవచ్చును. (ముసిముసినవ్వులు నవ్వును.)

సలీ—వీరబలా! విహారము లేదు, వ్యవహారమును లేదు. నీవు నెచ్చెలులని చెప్పుటలో ధ్వని నేను గ్రహింపలేదనుకొంటివా? చాలు నూరకుండుము.

అక్బ—కుమారా! ఊరక వయస్యునేల చీదరింతువు? అతఁడు వేడుకమాటలవాఁడుగావున, నట్టిమాట లాడుచునేయుండును. ఆమాటల కేమిగాని, ద్వారపాలకులను, దదితరభటవర్గమును బిలిపించి యరయలేకపోయితివా?

సలీ—అరసితిని. ఎల్లరును నెఱుఁగమనియే తెల్పిరి.

(ప్రవేశ మనార్కలీని బట్టుకొని సోఫియాయు, నొక భటుఁడును.)

భటు—(సలామొనర్చి) సర్కార్! ఈపంక్తిమ్ముమానిసి యువరాజుగారి మెడహారము దొంగిలికొని పోవుచుండఁ బట్టుకొంటిమి. ఏమిచేయుమని సెలవు?

సోఫీ—మహాప్రభూ ! నయమున, భయమున, మేమెంతగా నడిగినను, నిది హారమిచ్చుటకు సమ్మతింపలేదు. అంతచేయునదిలేక తమ సన్నిధికిఁ గొనివచ్చితిమి (అపవారించి, తనలో) నాయింట దాసిగానుండిన నీవు, నాతోఁబాటు సమస్థితియందుండ, నేను సహించి యూరకుందుననుకొంటివా ? నీడాంబికాకారమును జూచి భ్రమపడి చక్రవర్తి నీకంతఃపురదాసీత్వ మిచ్చినను, నదిసాగుననుకొన్నావా ? ఇన్నాళ్ళనుండి కనుపెట్టుకొనియున్న, మేము మన్నుగొట్టుకొనిపోదుమనుకొంటివా ? చూడు, నిన్నిప్పుడే కోటనుండి వెడలఁగొట్టింతును.

సలీ—(అనార్కలీవంక నాప్యాయమునఁ దేఱిపాఱఁజూచుచుండును.)

అక్బ—(తనలో) ఏమీ ! ఈచిన్నది యిందాఁక పండితసభకు వచ్చియున్న సుందరియేకదా ? దీనిముఖమందుఁ గాపట్య మేకోశమునను గనఁబడదే ! ఇది దొంగతనముచేసియుండునా ? ఇది దీనిపనియైయుండదు. ఇందేదో మర్మముండును. అయినను దెలిసికొందుఁగాక (ప్రకాశముగా) అమ్మాయీ ! ఇందాఁక మే మనార్కలీయను బిరుదమిచ్చిన చిన్నదానవుకావా ?

అనా—చిత్తము, మహాప్రభూ !

అక్బ—నీ వీదొంగపని చేసితివా ? సత్యము వచింపుము.

అనా—నే నేపాపమును నెఱుఁగను. నేను దమకడ సెలవుఁగైకొని జనానాలోనికిఁ బోవుచుండ, నా కాసోఫీయాగారు కనఁబడిరి. ఆమెతో, "అమ్మా ! చక్రవర్తిగారు నన్నిఁక సంబరరాజకుమారిగారి కడనుండుమని యాజ్ఞనొసంగిరి. ఉమారయ్యగారితో నాయుచ్చస్థితినిగూర్చి మనవిచేయుఁ" డంటిని. ఆమె నా వంకఁ గొఱకొఱలాడుచుఁజూచి, "నీకిక్కడ సాగదు. పొ" మ్మనిరి.

సోఫీ—ప్రభూ ! ఇదంతయుఁ గల్పనయే.

అక్బ—ఆమె చెప్పునది చెప్పనిమ్ము. నీ వెందుల కడ్డమువత్తువు ? అనార్కలీ ! తర్వాత ?

అనా—అంత నేనేమియు మాఱుపలుకక నగరికరుగుచుంటిని. ఈ యమ్మగా రాసోదరునితో గుసగుసలాడుచుండిరి. నాకెందుల కని నేను లోపలి కేఁగితిని.

సోఫీ—స్వామీ ! ఇదియు నసత్యమే.

అక్బ—నీవు నోరుమూయుము. ఆమెచెప్పునది సాంతముగా విననిమ్ము. ఆవల ?

అనా—నేను మరలి వచ్చుచు నాసోదరుని యువరాజెక్కడనని యడిగితిని. ఆతఁ డెందులకన నాకు దొరకినహారము సమర్పించుట కని చెప్పి హారమును జూపితిని.

అక్బ—నీ కీహార మెట్లు దొరకినది ? అది యువరాజు దని నీ కెట్లు తెలియును ?

అనా—ప్రభూ ! నే నవ్వలిపూఁదోఁట ప్రక్కనుండి జనానాలోనికిఁ బోవుచుండ యువరాజుగా రావంక నెక్కడికో తొందరగాఁ బోవుచుండిరి. అప్పుడు వారి మెడనుండి యీహారము జాఱినది. నేను దానినిదీసి వారి వెంబడిఁజని తిరుగ నీయఁజూచితి. కాని వారి గమనవేగము ననుసరింపఁజాలక వెనుకకు మరలి, మరల వారిదర్శనము లభించినపుడే యీయవచ్చునని సరము నాసరసనే యుంచికొంటిని.

అక్బ—భటునకు హారముఁ జూపఁగా నతఁ డేమనెను ?

అనా—అతఁడు నాతోఁ బరియాచకములాడి దానిని బుచ్చుకొన యత్నించెను. నేను ప్రభువులతోఁ జెప్పుదునంటిని.

భటు—సర్కార్ ! అంతయు అబద్ధము.

అక్బ—ఛీ! నోరుమూయుము. పిమ్మట నేమిజరిగినది?

అనా—అప్పు డీతఁడును సోఫియాగారును మరల గుసగుసలాడి నన్ను బాధించి తమకడకుఁ గొనివచ్చిరి. ఇదిసత్యము. ఇంతకన్న నే నేమియు నెఱుఁగను. ఇదే నాకు దొరకిన రత్నసరము. (చక్రవర్తి కిచ్చును)

అక్బ—(పుచ్చుకొని కొంతసేపు యోజించును.)

సోఫి—సర్కార్! మేము గుసగుసలాడుట జరుగనే లేదు. ఇది తన తప్పు కప్పిపుచ్చుకొనుటకుఁ బన్నినపన్నుగడ. ఎటులైన వస్తు వీయక తప్పదుగదా యిఁక దాఁపనేలయని యీకథ పన్నినది.

అక్బ—నే ననార్కలీ చెప్పినయంశములే నమ్మితిని. ఆమె నిరపరాధిని, మీరే కపటస్వభావముగలవారలని నాకుఁ దోఁచినది. పాపము, క్రొత్తగా మన యూడిగమునకు వచ్చినదాని నాదరింపవలయుఁ గాని, సోఫియా! యిట్లు బెదరింతువా? ఓరీ! నీవుకూడ దానికుట్రలోఁ జేరితివా? జాగ్రత్త!

భటు—బాబూ! బుద్ధి, బుద్ధి. రక్షింపవలెను.

అక్బ—సరే. మీ రిరువురును బొండు. వెంటనే పొండు. (వారు పోవుదురు) అనార్కలీ! నీవు యువరాజును వెంబడించితివనంటివి. ఎందాఁక వెంబడించితివి? అతఁడెం దేఁగెను? అందుఁగూడ యథార్థము పల్కి మాకు ముదముం గూర్తువేని నీకు గొప్ప బహుమానమిత్తుము.

అనా—స్వామీ! నే నాకనఁబడు పూఁదోటదాఁక వారిని వెంబడించితిని. వారందుఁజొచ్చి—(పలుకకూరకుండును. సలీము వంకఁ బ్రక్కచూపులు చూచును.)

సలీ—(తనలో) కొంపదీసి యిది నాగుట్టు బట్టబయలుచేయదుగద? ఇదియంతయుఁ గనియుండనోపు! దైవమా! నా కిప్పు డేది దారి?

అక్బ—చొచ్చి యేమిచేసినాఁడు ?

వీర—బాబూ ! తమ రట్టి ప్రశ్నము లడుగఁగూడదా. (ప్రక్కఁజూచి నవ్వును)

అనా—(తలవంచి) చొచ్చి యువరాజు లేమిచేయుదురో నాకెట్లు తెలియఁగలదు ? (మరల సలీమువంకఁ జూచి) కవాటము బంధింపఁబడియుండుటచే, లోనికిఁ బోఁజాలకుంటిని.

అక్బ—కవాటము కాచఫలకములతోనే యమర్పఁబడినది కదా, యాతఁడం దేమి చేయుచుండెనో యేల యరయకుంటివి ?

అనా—మావంటి దాసీ జనమట్టి పనిచేయఁదగునా ?

సలీ—(తనలో) అమ్మయ్యా ! నాప్రాణము లిప్పుడు గూటఁబడినవి. దైవము నామొరాలకించి నాకనుకూలవచసములే యీమెచేఁ బల్కించినాఁడు.

అక్బ— చానా! నీవు మిగుల నిపుణవు. నీనేర్పునకుమెచ్చితిని. నీకి దే బహుమానముగొనుము. (మెడలోనిముత్యాలసరమిచ్చును)

అనా—(అందుకొని, వంగిసలామొనరించి) ప్రభూ! ధన్యురాలను.

అక్బ—సలీమ్! నీవిఁక నారహస్యోద్యానములలోనికిఁబోకడలు మాని వేయవలయును. ఈమె నీమర్యాదఁగాపాడినను, నాకుఁ గావలసినదంతయుఁ బూర్తిగా నర్థమైనదనియే యెఱుఁగుము. నీవు నాయాజ్ఞను బాటింతువని దృఢముగా నమ్మెద.

(వీరబలాక్బరులు పోవుదురు.)

సలీ—(వారిపోకఁగాంచి) సుందరీ! నాఁడు ని న్నామసీదుమెట్లపైఁ గష్టస్థితియందుండఁగాంచితిని. నాఁటినుండి నీమూర్తి నాహృదయఫలకమందుఁ జిత్రింపఁబడియే యున్నది. ఇప్పటి మీసంభాషణమువలన, నీవు మాదాసీవర్గములో నుంటివని యెఱింగి కడుసంతసించితిని. (ముందువెనుకలుచూచి) ముందు

ముందు నీపరిచయభాగ్యమొంది యోగ్యనైతిఁగాక. నేఁడు
నీవు నాగౌరవమును గాపాడినందులకు నీకిదే పారితోషిక మి
చ్చుచున్నాను. (వ్రేలియుంగరము తీసి యిచ్చును.)

అనా——(పుచ్చుకొని సానురాగముగఁ జూచి) ప్రభూ! కృతార్థురాల
ను. దేవరవా రీయుంగరమిచ్చుటచే నాకుఁ బలుతలంపులు గ
ల్గుచున్నవే!

సలీ——నీతలంపులన్నియుఁ బరీక్షించుటకును, వేడుకమై నీతోఁ బ్రసం
గించుటకును మాకిప్పుడవకాశము లేదు. గోడలకుఁ జెవులుం
డును. ఇచ్చటవిశేషముగా మాటాడరాదు. అదిగో, నెవ్వ
రో యిటువచ్చుచున్నట్లున్నారు. పొమ్ము. మరలఁ గలసి
కొందము గాక. నీవటుపొమ్ము! నేనిటుపోయెద. (పోవును.)

అనా——(పోవుచు నాఁగి)

శా. ఆశాపుష్పము వాడిపోవలయుఁగా- యుంచున్మనోధైర్యమున్
లేశంబొందకయున్న నామనసుపై । నీహారగంధాంబు సం
కాశంబౌ కరుణావలోకనము ల । క్ష్యమ్మానుఁ జేసల్లె; లో
కేశుం డెంతయుఁ గూర్మి నామనవి యా । లించెన్ బ్రమోదాప్తుఁడై

మ. గతదుఃఖంబులు విస్మరింపు, మనసా! । కల్యాణకాలంబె యా
గతమయ్యెంజుమ ; యంధకారమయమే । ఘుచ్ఛన్నమైపోయె జీ
వితనక్షత్ర నికేతనంబనుచు భా । వింపంగఁబో, కింకనం
న్నంచితసౌఖ్యాంబుధి నోలలాడఁగలవ్ । జింతన్వినోదింపుమా!

(నిష్క్రమించును.)

[మెహర్ సోఫియాలు ప్రవేశింతురు.]

సోఫి——మెహర్! అదిగో! ఆపోవుచున్నదే యనార్కలీ!

మెహ——నీవు చెప్పినట్లు మిగుల నందఁగత్తెయేసుమా! ఇట్టిది రాణి
వాసములో నున్న యువరాజు పోనీయఁడు. ఇఁక మనయా
టలు సాగవు.

సోఫీ—అదియే నేనును దలంచునది. నామగనితో దానిని గోటకే పంపవలదని పోరుపెట్టితి. కాని యతఁడు నామాటవినఁడయ్యె రేపో, యెల్లుండియో యాతనికడ గట్టిపట్టఁబట్టి దానిని కోటగున్నముం ద్రొక్కనీయకుండ, జేయుదమని యెంచుచుంటిని. ఇంతలో దాని యదృష్టముచే దాని కీదుర్లభమైన సేవ చక్రవర్తిగారే యిచ్చియుండిరి.

మెహ—చక్రవర్తికూడ దానియందముంజూచి మెచ్చి యీ యూడిగ మిచ్చెఁగాబోలు!

సోఫీ—అగును. నే నిప్పుడు చాటుననుండి చూచితిని. దానికొక ముత్యాలహారము బహుమానముగాఁ గూడ నిచ్చియున్నారు. నన్నుఁ గసరి, దాని నాదరించియున్నారు. యువరాజుకూడ నేదో యిచ్చినటులే కనఁబట్టినది. ఇఁక నది యొక యాటఁగాడును.

మెహ—మఱి నాపని యేమగును!

సోఫీ—నీమాట కేమిలెమ్ము. యువరాజు నిన్ను విడువఁడు. నాపనియే యుక్తదగును. మీరిద్దఱును బాగుగనే యుందురు.

మెహ—మొన్న యువరాజు నాకడకు వచ్చినపుడు, తానెవ్వర్తనో నన్ను మించిన సుందరాంగిని గాంచినట్లును, దాని మూర్తి యాతని హృచ్ఛలకమునఁ జిత్రింపఁబడియున్నట్లును దెలిపియుండెను. అది యిదియే యైయుండును. ఇప్పుడది కోటలోనే ప్రవేశించినది. ఇఁక నతఁడు మనకుఁదక్కునా?

సోఫీ—అట్లనా? నీవుకూడ జాగ్రత్తపడవలయును.

మెహ—మనమిరువురమేకమై యువరాజుచర్యలు లెస్సఁగాఁ గని పట్టి, యతఁడా త్రిప్పులాఁడితోఁ గూడియున్నసమయమున, దేవి నచ్చటికిఁ గొనిపోయి చూపవలయు.

సోఫి—నే నా యేర్పాటంతయుఁ జేయుదునులెమ్ము. నీవు భయపడకుము. అదియెంతకాల మిందుండఁగలదో చూతముగాక. దీనితల మీఁదఁ దన్నినవారికే దిక్కులేదు. దీనికా మనల గెల్వఁ గలుగుట?

మెహ—నాతంటాలు నేను బడెదను. నీవును దోడు కమ్ము. పిమ్మట దైవమేగలఁడు. నీమేలు మఱవనులే—

సోఫి—సరే.

(నిష్క్రమింతురు.)

ఓమ్

అనార్కలి.

తృతీయాంకము.

ప్రథమరంగము.

రంగము:—సలీము మందిరప్రాంగణము.

[ప్రవేశము:—అనార్కలీ పరిపూర్ణాలంకారములతో నలంకరించుకొని ఆమెచేత నొకవిన్నాణపుఁబాత్రి పాలతో నింపఁబడినదిగలదు, ఆపాత్రియు, నగురుధూమపాత్రయు నొకచక్కని పళ్లెరమందుఁ బెట్టుకొని యామె కొంపోవుచుండును.]

అనా—(ద్వారికునివంకఁ దిరిగి)ఓయీ! అయ్యగారితో చాసి క్షీరపానీయమును దెచ్చినదని చెప్పుము.

ద్వా—అమ్మా! అయ్యగారిప్పు డెవ్వరిని లోనికిరావలదని యాజ్ఞ యిచ్చిరి.

అనా—దేవి పంపిన క్షీరపానీయమున కడ్డంకియుండదు. కావునఁ బోయి మనివిచేసిరమ్ము.

ద్వా—అట్లయిన నీవు తొందరపడక యిక్కడనే యుండుము. నేను సమయము కనిపట్టి మనవిచేసివత్తును.

అనా—సరియే. శీఘ్రముగాఁ బోయిరమ్ము.

(ద్వారికుఁ డేఁగును.)

అనా—(తనలో)

మ. అనురాగామృత పానమిచ్చు యువరాజంచుం బ్రమోదంబు, దు
ర్జనసంఘంబు లసూయచే నిడుమలం బాపింతురన్ సాధ్వసం
బును, నత్ప్రేచ్ఛ ప్రియ మెప్పుడై సంబతనంబు గూర్చునేమోయనం
జను సందేహము, నామదిం బ్రిపథసంచారంబు గావించెడున్.

హృదయమా! నీపేర్మికనిధానము సన్నిధికిం బోయినప్పుడు నిదాన ముతో మెలంగుమీ! నీవిశాలవీధులం జరించు భావతురంగముల కళ్లెములం జేపట్టియే యుంపుమా! నీగృహాంగణంబునుండి వెలువడు వాక్యమత్తేభముల నడుమనడుమ నింగితాంకుశంబులచే నదలించు చుండుమా! ఊర్ధ్వదృష్టితో) ప్రభూ! లోకేశ్వరా! నీవు జగన్నాట కరంగాధ్యక్షుండవై యెంత నిపుణముగా సూత్రధారులను నడిపించు చుంటివి!

సీ. తండ్రికడం బెరుంగు తఱిని విినోదలీ
లల నాట్యమాడించి మెలంపినావు
అవలసర్వస్వంబు నపహరించినపుడు
భీభత్సనటన మొప్పించినావు
పిమ్మట నీపట్టణమ్మున జననిమృ
తిని గరుణరస మొందించినావు
ఇప్పుడీ రాజరాజేశ్వరు నగరిలో
శృంగారరసమొల్కం జేయుచుంటి

గీ. స్వామి! యీరీతినవరసప్రకటనంబు
సలుపంజాలు నటీ విశేషంబుగాంగ
బ్రతుకుమని యీజగన్నాట్యరంగమందు
నన్ననిపి వినోదించుచున్నావ! నీవు?

ఇదే నీయాజ్ఞఁ దలఁదాల్చి నాధర్మము నెఱపఁబోవుచున్నాను. నాకు జయసిద్ధిని గూర్చుభారముమాత్రము నీదేసుమా?

బాన—అమ్మా! అయ్యగారి సెలవైనది. రమ్ము. (నిష్క్రమింతురు)

(తెర లేచును.)

రంగము:—సలీము మందిరము.

సలీ—(పంజరములోని చిలుకను జేతిపైఁద నెక్కించుకొని) కీరరాజమా!

ఉ. తియ్యని తేనెపల్కుల నుతింపఁగఁ దగ్గ యొయారపుంగతిన్
నెయ్యమెలర్చురాగరమ నీవల మత్ప్రియురాలిఁ బోలుటన్
ఇయ్యెడ నిన్నుఁగట్టితిని నిట్టులె మత్కరపంజరంబునం
దయ్యెలనాఁగఁగట్టి సుఖమందు నదృష్టము గాంచు టెన్నఁడో?

నేనెంత యవివేకిని!

చ. అమృతముఁ జేతఁబెట్టుకొని యాకులకై చెరలాడువానిచం
దమున మెలఁగుచుంటి దద నార్కలి నీగృహమందె, మత్సమీ
పముననె, పొందియుండి, తమివాయ సుఖింపక, యన్యకాంతలం
దు మరులునిల్పి, వ్యర్థముగఁ ద్రొక్కుడులాడుచునుంటి నేలొకో!

ఇంతకు, నూర్జహానుమనస్సు చిన్నవోవునేమో యనుభయము చేతనేగదా, నాయీప్సితమును దీర్చుకొనక యుపేక్షఁ జేయుచుంటిని? ఆమె నెటులో యొప్పింపలేనా? నూర్జహానుమనస్సు సవరించుటయొకటి, దేవికంటఁబడకుండ వర్తించుటొకటి, యిప్పుడలవఱచికొనవలయును. నూర్జహానుని సవరింపఁజాలకుండునేని చీదరించినను బోవును. అదియంతకష్టకార్యముగాదు. దేవికే కినుక జనింపకుండఁ గాపాడుకోవలయును. ఆమె హిందూయువతి యగుటచేఁ బతియాజ్ఞ

మీఱక భర్తను సుఖపెట్టుటే పరమావధిగ నెంచుస్వభావముతో నుండఁగలదను విశ్వాసముం గలదు. ఏమిజరుగునో చూతునుగాక. నాకు క్షీరపానీయముం దెచ్చు సోఫియా తనయనునయంపువాక్యములచే నన్ను లోఁగొనఁజూచుచున్నట్టులున్నది. మెహర్ గుట్టుతనకేగదా తెలియుననియు, నాకు మెహర్తోఁ బ్రథమసమాగమముఁ జేకూర్చి మెహానత్ చేసితిఁగదా యనియు, నించుక గర్వించి తిరుగుచున్నది. అందుచేతనేగదా నేఁడు దానిని బంపక వేఱొండుదాసిని బంపుమని దేవేరి కాజ్ఞయిచ్చియుంటిని? మెహర్న్నిఁధి యనుమానముచే దేవిదానిని బంపదు. ఇఁక ననార్కలీనే పంపునని నానమ్మకము. నాయదృష్టవశమున నటులే జరగునేని, నాకోరిక వెంటనే నెఱవేర్చుకొనవచ్చుఁగదా! ఇంతకు భగవత్సంకల్ప మెట్టులున్నదో యట్లు జరగును. నే నా యతిలోకసుందరితో నానందించుభాగ్యమున్న, నది సమకూడకమానదు గదా?

చ. ఎరకయి తంతునాభము చరించెడువేళల నెన్నియో క్రిముల్
దొరకెడు నప్రియత్నముగఁ । ద్రోవలయందు, నదేవిధంబునన్
వరతరలేక్షణామణులు । పల్వురు కాముకజాతికి న్లభిం
తురు నిజదండయాత్రలు వినోదమెసంగ ఘటింపఁబోవుచో.

ఇప్పు డక్కాంతయే వచ్చునుగాకయని దృఢచిత్తముతో ధ్యానించుచుండెద. (కన్నులుమూసి ధ్యానించి మరలఁ గన్నులఁదెఱచి) ఆసుందరి నాయెదుటికి వచ్చుటయే తటస్థించునేని, నేను దొందరపడక సరసోక్తులభాషించి యామెను లోఁగొనఁ జూతునుగాక. "దేవర యుంగరమిచ్చుటచే నాకుఁ బలుతలఁపులుగల్గుచున్నవి." యని సాభిప్రాయముగా నామె పల్కినవాక్యముచే నాకువశయగుననియు నమ్మకముగలదు. (పులకరమభినయించి)

అహహో! తలఁచుకొన్నకొలఁది యీయామె రూపసంపద యపురూపమై మనోజ్ఞమై యీయామెతో స్పర్శసౌఖ్యంబునకు నామనంబును వేగిరించుచున్నదిగదా!

దావ—(సలామొనర్చి) ప్రభూ! ఇదే పానీయముం దెచ్చువనితవచ్చినది.

సలీ—(అనార్కలీనిఁ గాంచి) అదే నాకాంక్షితఫలము నాకుఁ జేపడుచున్నది. (కన్నులు మూసికొని) భగవంతుఁడా! నీవు నాయందు సదయుఁడవై నాకోర్కెలెల్లఁ దీర్చుచు నాకానందముం గూర్చుచుంటివి. నీ వానందమయుఁడవనుట నిక్కమే సుమా! (కన్నులఁదెఱచి) ఓరీ! నీ వావలకుఁబొమ్ము. (దౌవారికుఁడు పోవును. సలీము అనార్కలీవంక విలాసముగాఁ జూచును.)

అనా—(తలవంచి క్రిందిచూపులతో ముసిముసినవ్వులనగుచు నిలిచి) అమ్మగారీక్షీరపానీయము నేలినవారి కిమ్మని నన్నుఁ బంపిరి. (పళ్లెము బల్లపైఁ బెట్టి వీవనఁబూని విసరుచుండును.)

సలీ—(తనలో) ఆహా! ఏమి యీయామె లావణ్యాతిశయము!

తే. గీ. సహజలావణ్యకళల నెసంగు నీమె
వదనదర్పణంబున శీతభానుకిరణ
చయము ప్రసరింప సౌమ్యతేజము వహించి
యది మిగుల దర్శనీయమై యలరుఁగాదె!

(మందహాసముతో) అమ్మగారు నేఁడు నిన్నేలపంపిరి? ఇదివఱకు నాకీపానీయమును సోఫియా తెచ్చుచుండెడిదే!

అనా—ప్రభూ! ఎందువలననో తెలియదు. అమ్మగారీక్షీరమును దమకడకు నన్నే పట్టుకొని వెళ్లుమనియు, సోఫియాను గొంపోవలదనియు సెలవిచ్చిరి. సోఫియాకుఁ జాలకోపమువచ్చినట్లు నాకుఁ దోఁచినది.

సోఫీ—(వెనుకనిలిచి) ఏదో నామీఁద మాటలు మోయుచున్నట్లున్నది. కానీ.

సలీ—సోఫియా కోర్వలేమి మెండు. జాగ్రత్తగా మెలంగుము. కాని దేవి నిన్నే నేను బంపుమంటినని వచించియుండెనా?

అనా—దేవి యేమాటయు నాతోఁ జెప్పలేదు. నన్నుఁ బిలిచి యీ పాలను గొంపోయి తమ కిచ్చిరమ్మని యానతిచ్చిరి.

సలీ—(తనలో) ఆమె కనుమానము కలుగలేదన్నమాటయే. ఇఁక మనకథలోనికి దిగవచ్చును. (ప్రకాశముగా) సుందరీ! ఏదీ యాక్షీరమును నాదగ్గఱగాఁ దెమ్ము.

అనా—(పీవన నావలఁబెట్టి విలాసముగా నడుచుచుఁ బోయి క్షీరపాత్రికను సలీము చెంతనుండు బల్లపై నుంచి వెనుకకుఁ దగ్గి చిర్నవ్వుతోఁ దలవంచి నిలుచును.)

సలీ—కలికీ! నిన్నటుగాదు నేను జేయుమన్నది. నీ వాపాత్రి నా చేరువకుఁదెచ్చి నేను ద్రావుదాఁక నాయొద్దనే నిలువవలయును. సోఫియా యటులేగదా చేయును?

సోఫీ—అకటా! నాకుఁ గొఱ్ఱుఁబెట్టి యిదివచ్చినదిగదా! ఎంతకాలము నిలువఁగలదో చూతునుగాక.

అనా—చిత్తమటులేయొనర్తును. (సిగ్గుపడుచుఁ జెంతకేఁగును.)

సలీ—(పాత్రిఁగైకొని త్రావుచు) ఆహా! నేఁడీక్షీరమున కింతరుచి యేలవచ్చెను? ఇందు దేవి యేదేని క్రొత్తవస్తువు చేర్చి యున్నదా?

అనా—(తలవంచి చిఱునవ్వుతో) క్రొత్తవస్తు వేదియుఁ గలుపఁబడ లేదు. పలికల హృదయముందే స్వాత్నపదార్థ మేదియో చేరియుండును.

సలీ—నీవు తెప్పఁగా గ్రహించితివి. నీ వన్నమాటయే నిజమైయుం
డును. ఏదెట్లైన, నీదుగ్ధమునకుమాత్ర మపూర్వస్వాదురుచి
వచ్చెననుట నిక్కువమేసుమా!

తే. గీ. తియపదార్థములందలి । తియ్యఁదనము
వస్తుతత్వముం బట్టియే । వరలదొకట
తత్పదార్థముం దెచ్చు హ। స్తప్రశస్తి
వయివిగూడ నాధారంబు । వడెముఁగాదె?

ఈపాల కింతరుచిగల్గుటకు నీహస్తస్పర్శవిశేషమేయని నానమ్మకము.

అనా—నాహస్తమం దేదియు గుణములేదు. అంతయుఁ బ్రభువరుల
రసప్రపూర్ణహృదయప్రభావమే యగును.

సలీ—నీహస్తప్రభావమో నాహృదయప్రభావమో యెఱింగదు. నీ
మృదుకరంబులతోనే యీపాత్ర నానోటి కందిమ్ము.

అనా—(సిగ్గునటించుచు నూరకుండును.)

సలీ—ఏలశంకింతువు?

అనా—ఏలికల యాజ్ఞయే నిర్వర్తింతుఁగాక. (పాత్రయందిచ్చుచు.)

సోఫి—(ఏనలో) క్రమముగాఁ బాకము ముదురుచున్నదే! యువరా
జీమెను జేపట్టనుగాఁబోలు!

సలీ—(మైమఱపు నటించుచుఁ గన్నులుమూసికొని) హాయిహాయి!
ఏమిరుచి! ఏమిస్వాదురుచి! (కన్నులఁదెఱచి)

తే. గీ. అలకళానిధి యొసఁగిన । యమృతరసము
చంచుపుటములను జకోర । చంచలాక్షి
తెచ్చి నిజవల్లభున కీయఁ । దృప్తిమీఱఁ
ద్రావు పుల్గుతేని వితానఁ । ద్రావువాఁడ.

నవమోహనాంగీ! నిక్కముగా దుగ్ధమునకీ యపూర్వమాధుర్యము
నీహస్తపద్మమరందనిష్యందప్రసారమహిమచేతనే కల్గినది. ఇఁక

నెట్టిసందియమును లేదు. అట్టి కర మొకసారి ముద్దిడుకొననిమ్ము. (పట్టును.)

అనా—(సిగ్గుచే విడలించుకొనును.)

సలీ—చెలీ! నేను నీవాఁడను. న న్ననుగ్రహింపుము. (లాలించును.)

అనా—నవవరుల కిట్టియవ్యాజకరుణ యీదాసిపైఁ గల్గుట మహా భాగ్యముగదా? (తలవంచి చేతి నాతనిహస్తముననే యుంచును.)

సలీ—(ముద్దుపెట్టుకొని) ఆహా! ఏమి కోమలత్వము! ఏమి సౌరభము!

తే. గీ. తరుణి! యజ్జాతకుసుమ మార్దవముగల్గు
నీమహస్తచుంబనమె యామోద మొసఁగె
తన్మృణాళసంకాశమా తనువుఁజేర్ప
నెంత యానంద మొదవునో యెఱుగనైతి.

(ఆమె చీరచెఱఁగుఁబట్టి మెల్లఁగాఁ జేరికకుఁ జేర్చుకొనును.)

అనా—దేవరకింత కారుణ్య మీసేవకురాలిపై జనించుటచే నాజన్మము తరించినదిగదా! ప్రభూ! నాఁడు మాయమ్మ చనిపోయిన దినంబునఁ దా మీదీనురాలిఁ గాపాడినది మొదలు నా హృదయపద్మ మెప్పు డేలికలపాదపూజగా నర్పించు నదృష్టము గల్గునాయని, నేను బలువితములఁ దహతహపాటుఁ జెందితిని. కానియింత యపారకృపావిశేషము తమకు నాయందుఁ గలుగఁగలదని కలలోనైనఁ దలఁపనైతిని. ప్రభువుల పదదాసినైయుండుటయే పరమావధిగ నెంచు నీయభాగ్యురాలికి నిట్టియర్ధాంగీత్వభాగ్య మలవడునని యెఱుఁగకుంటిని. అవలఁ దా మీముద్రిక యిచ్చిననాఁటఁగోలె నామనోభావసంచలనము బహువిధములై యుండెను. నేఁడు తమదివ్యసన్నిధికి

పానీయమును దెచ్చుచు నిల్చితలపోసితిని. (మరల- అనురాగామృతపాన మిచ్చు ననుపద్యముంజదువును.)

సలీ—మనోహారిణీ! నీవట్టి సందియముఁ బొందనక్కఱలేదు. నిన్ను సర్వవిధముల నాయర్థాంగిగా గ్రహింతునని నమ్ముము. పట్టమహిషియగు నంబరరాజకుమారితో సమానగౌరవము నీకొసంగెద. పలుపలుకులేల, నాసర్వము నీకర్పించెద. నీతో డిదే నాకీలోకమనియెంచి చరించెద.

అనా—స్వామీ! నాకట్టి మహత్త్వాకాంక్ష లేదు. నన్నుఁదమ పాద సేవకురాలిఁగాఁ గైకొనుటకే నామనసు కోరుచున్నదిగాని, రాజ్ఞీగౌరవముల కాసించుటలేదు.

సలీ—(తనలో) ఆహా! మెహర్ కపట సకాంక్ష ప్రేమకును, ఈమె పవిత్రనిర్వ్యాజప్రేమకును జాలవ్యత్యాసము గలదుగదా! (ప్రకాశముగా) చెలీ! నీవాసింపక పోయినను నీయతిలోక సౌందర్యమున కర్హమగు గౌరవము లొసంగుట నాధర్మము.

అనా—ప్రభూ! సౌందర్యము బాహ్యమున గోచరించునగ, కాని యాంతరంగికాలంకారము సౌశీల్యమనునదియొకటిగలదుగదా! అదియే గణ్యమైనది.

సలీ—చాలా! నీమృదుమధురవచనముల కలరితిని. నీకునాయందు జనించిన పవిత్ర ప్రణయమునకు మెచ్చితిని. (రెండుకరము లునుబట్టును. ఉభయులును స్పర్శసుఖ మనుభవింతురు)

సోఫి—ఇఁక నేమికావలయు? కాఁదగిన కార్యమైనది. నేనిప్పుడూ రకున్న, నిదినన్నుఁ ద్రోసిపుచ్చినటులే, యంబరరాజకుమా రినిగూడఁ ద్రోసి యామెస్థాన మాక్రమించుకొనును. కావున వెంటనేపోయి యామె నిచటికిఁ గొనివత్తునుగాక. అమ్మ మాయలాఁడి! ఏమియు నెఱుఁగని దానివలెవచ్చి

యెంతపని కొడిఁగట్టితివే! ఇఁకఁ జూతువుగాని, నీపాటులు !
(ఆవలికిఁ బోవును.)

సలీ—అనార్ ! నీవాకసమునందు వెల్గు నక్షత్రరాజమువలెఁ బ్రకాశించుచున్నావు. కాని నీవేరికిని లభ్యమవు కావుసుమా !

అనా—(బాష్పములు రాల్చును.)

సలీ—ప్రియా ! ఈకన్నీరేల ? నాహస్తపంజరమున నీకు సుఖము గలుగలేదా ?

అనా—స్వామి ! ఇవి యానందజనిత బాష్పములు.

తే. గీ. నాఁడు నాతల్లిమరణ దినంబునందు
లోక మందెట్టి దిక్కును లేక యుంటి.
నేఁడు తమహస్తదుర్గాన నిలిచియుండ
నెల్లలోకముల్ నావెకావే, మహాత్మ ?

ఈతలఁపుచేతనే నాకన్నులకీ యానందబాష్పములు వచ్చినవి.

సలీ—నీవన్నమాట సార్థకముగాఁ జేసెదఁగాక. సమస్తలోకములు నీకుఁ బాదపీఠములుగా నుండఁజేసెద.

అనా—ప్రభూ! నాజననకాలంబున జ్యోతిష్కులునావలన బెక్కుకష్టములు మాకుటుంబమునకుఁ గల్గునని మాతండ్రితో వచించిరి. కానియతఁడు వారిమాటలు పాటింపకుండెను. నిజముగా నామూలముననే కావలయు, నాతఁడు పలుబాములకు లోనై తరతరములనుండి పొందియున్న మహైశ్వర్యమును గోలుపోయి కూటికి గుడ్డకుఁగూడ మొగమువాచవలసివచ్చెను. అప్పటికిని నన్నువిడువ నిచ్చగింపక, యాతఁడేలికల నాశ్రయించి బ్రతుకఁగోరి యీదేశమునకు వచ్చుచుండెను. దారిలో దొంగలు మమ్మెదుర్కొనుట మున్నగు వృత్తాంతము ప్రభువరులెఱింగియే యుండిరి. కావున నదృష్టదేవతనని యెంచుకొనుటచే

నాజీవితమును గూర్చి నాకే భారముగాఁ గన్పట్టెను. అట్టినా
నాదౌర్భాగ్యము తమ్ముసైత మంటునని భయపడుచున్నాను.

సలీ—నీకట్టి భయమునువలదు. గతమంతయు విస్మరింపుము. నీవు
నాయర్ధాంగలక్ష్మివై సమస్తసంపదలు నందగలవు.

అనా—(ఆనందపారవశ్యమున సలీముహస్తములలో సోలును. సలీ
మామెను మృదులముగఁబట్టి వీవనతో విసరుచుండును. అట్టి
తఱి సోఫియా యంబరరాట్కుమారితో నచ్చోటికి వచ్చును.)

సోఫి—అమ్మా! చూచితిరా? నామాట నిజమేకదా? ఊరక
నన్నుఁగసరితిరే! ఇప్పుడేమందురు? (నాయికానాయకు
లఁజూపి తాను వెనుకకుఁ దగ్గను.)

అంబ—

శా. ఔనే బాలిసకూఁతురా! యెటుల యీ। యౌద్ధత్యమీవొందితే?
నానాథున్ వలలోనవైచికొను స। న్నాహంబు గావింప నీ
కీ నీచేగతి గన్గెనే? వగల మా। రీ! గోముఖవ్యాఘ్రి మం
చేనాఁడు న్నిను నెంచనైతి! యిఁక లే। దేయాశ ప్రాణాలపై?

సలీ—(అనార్కలీ నట్టులే పట్టకొని హస్తసంజ్ఞతో భార్యను బలుక
వలదనియు, నవతలికిఁ బోవలసినదనియు నాజ్ఞయిచ్చును.)

అంబ—(నిశ్చేష్టయైనిల్చి కన్నులనుండి బొటబొట బాష్పములు రాల్చి
యీవలికివచ్చును. తెరపడును.)

మ. అకటా! దైవమ! యేఁడుద్యాని కిలనిం। తన్యాయమా? భర్తపై
సకలంకంబగు ప్రేమఁజూపినను ద్రో। హంబే యతండెంచుచుం
టకు స్త్రీచేసిన పాపమేమి? కృపనిం। జారన్ సమత్వంబు పు
త్త్రిక పుత్త్రనికరంబుపట్ల వెలువ। ర్పంబోవ రాదోకదే!

ఉ. ఇంతటి యస్వతంత్రతకు। నేయది హేతువొ? భారతావనీ
కాంతకు నేరనైతిఁ బసి। కాలమునన్ జనకుండు, పిమ్మటన్

గాంతుఁ డనంతరంబు నిజనందనులుం బరిపాలకుల్గదా ?
యెంతధనంబు, విద్యయు వహించిన నాతికిఁ బారతంత్ర్యమే !
తనసౌఖ్యాన్వేషణమే పరమావధిగ నెంచు నన్నే నాథుఁ డిట్టు లవమానపఱచిన, నాకిఁక నేదిదారి? సోఫియా! నేనిఁకనిచటనుండఁదగదు. నానాథుఁడు నన్నునోరుమూసికొని యవ్వలకుఁబొమ్మని హస్తసంజ్ఞచే నాజ్ఞయిచ్చియున్నాఁడుగదా! ఆయన యాజ్ఞ చెల్లించుటే నాధర్మము, నావ్రతము. అవలికిఁబోదము రమ్ము. ఈద్రోహిని శిక్షించుటఁ గూర్చి తరువాత నాలోచింతము. పద. (కోపదృష్టితోఁబోవును.)

ద్వితీయరంగము.

రంగము—రాణివాసముసమీపము-

[ప్రవేశము—సలీమునూర్జహానులు. సలీము కోపదృష్టితోఁ దొందరగా నడిచిపోవుచుండును. మెహ రాతని కడ్డమై నిల్చును.]

నూ—నామనవి యొక్కటి యాలింపవేఁడుచున్నాను.

సలీ—మనవియు లేదు. గినవియు లేదు. పోయినీకృత్యము నీవు చక్కఁగా నెఱపికొనుము.

నూ—తమయాజ్ఞఁ దలఁదాల్చి యటులేపోయెదను. కాని యొక్క మనవి యున్నది. దాని నాలకింపఁ బ్రార్థింతును.

సలీ—నే నిఁక నీమనవులు వినఁదలఁచుకొనలేదు. నీప్రతిమ నాహృదయాగారమునుండి తీసివైచి యాస్థానమున ననార్కలీప్రతిమ నెలకొల్పితినని నీతోఁ జెప్పితిఁగదా! ఇఁక నేందులకు నన్ను బాధింతువు? నీవిఁక నాయెదుటికి రానక్కఱలేదు. పొమ్ము.

నూ—యెన్న నేకదా, "నిన్నెప్పటికైనఁ బట్టపుదేవిగాఁ జేసి తీఱుదు నని దృఢముగా నమ్ము" మని తాము సెలవిచ్చి, నాయం

దెంతో ప్రేమఁజూపితిరి! ఇంతలోనే నేనింత రోఁతవస్తువనైతినా?

సలీ—ఆ! రోఁతవస్తువవేయైతివి. ఇఁక నాతో విశేషముగా వాదులాటకు దిగకుము. పొమ్ము.

నూ—నాకు నూర్జహా నను బిరుదమిచ్చి పట్టఁమని యొక నెలయైనఁగాలేదే! ఇంతలోననే యామాయలాఁడి పెట్టినమందు ప్రభువుల తలకెక్కెనా?

సలీ—ఎక్కువగా మాటలాడ వలదంటినిగానా? నీవేమందులఁ బెట్టుటచే నేను నీకు వశుఁడనై యంతకాలముంటిని? నీవు పెట్టిన మందే యామెయుఁ బెట్టినది. నీసౌందర్యమును జూచియే మొదట నిన్నుఁ జేపట్టితిని. నిన్నుమించిన యందగత్తె యామెయగుటచేతను, విశేషించి యామెసౌశీల్యము మిగుల మెచ్చఁదగిన దగుటచేతను, ఇప్పుడామెను జేపట్టితిని.

నూ—సౌందర్యముమాటకేమిగాని, యామెలోఁగల మెచ్చఁదగిన సౌశీల్యమెట్టిదో నాకుఁ దెలుపఁదగునా?

సలీ—తెలుపకేమి? విను. నీవు కేవలమహత్త్వాకాంక్షతో నాకు వశపడితివిగాని, నీకు నాయెడల నకలంకమై యవ్యాజమగు ప్రేమలేదు. అనారన్నో తాను రాజ్ఞీగౌరవమున కాసింపలేదు. గొప్పబిరుదము లందఁగోరలేదు. నాయందు నిర్వ్యాజప్రేమవహించినది. అది మెచ్చఁదగినదికాదా?

నూ—పాపము, బిరుదముల కాసపడలేదా? నదిరా యనుపేరనున్నది. ఇప్పుడనార్కాలీయను ముద్దుపేరఁ బిలువఁబడుటకేల యొడిగట్టెనోకదా?

సలీ—ఆపేరామె భావోత్కృష్టతకు మెచ్చి చక్రవర్తి యిచ్చియుండెను. ఆయిచ్చుటయుఁ బండితకవుల యెదుటఁ గల్గినదిగదా?

అది పవిత్రమైనబిరుదము. నీబిరుదమున కాపావిత్ర్యమెక్కడిది?

గా—సరే. ఏలికలమనస్సు నామీఁదనంతగా విఱిగిపోయినప్పుడు నేను హేతువాదమునకై ప్రయత్నించుట వృథాయాసమే గదా? తా మనార్కలీతో వినోదించుచుండుటకు నాకెట్టి యడ్డంకియును లేదు. అట్లుండియు నాతో మాత్రము—

లీ—చాలును. ఇంక నధికప్రసంగముఁ జేయకుము. ఇఁక నాయాసవదలుకొనుము.

తే. గీ. అనుభవించితి నొకకొన్ని । దినములెటులొ
యవిరళానంద సౌఖ్యంబు । లవి గతించె;
నంతయును స్వప్నమంచెంచి । యసుగు మబల!
ముందుదారిఁ జూచుకొనుము । కుందుమాని.

వేగపోవును.)

హ—(తనలో) అక్కటా! నాయాకాశహర్మ్యము లన్నియుఁ గూలిపోయినవిగదా!

తే. గీ. ఇంతకాలంబుచు బ్రతికి । యింటివెనుకఁ
జచ్చెనన్నట్టు లిన్నాళ్ళు । చక్రవర్తి
కోడలననిపొంగి యిపుడు । గోఁచికాని
నొకనిఁ గయిఁబట్ట నామన । సొప్పునెట్లు?

మ. మనసా! యెంతగనుబ్బిపోయితివె సామ్రాజ్యాధినాథుండు నీ
పనివాఁడయ్యెనటంచు, భారతధరా । భాగ్యంబు సర్వంబు నీ
దనుచున్, హైందవరాజలోకములు పా । దాక్రాంతులైయుండి నీ
కనుసన్నం జరియింతురంచు, నకటా! । గర్వంబు గ్రుంగెంగదా!

అయ్యో! దైవమా! నాకేదిదారి? ఆషేర్ఖానుఁడు ముష్కరుఁడు, దుష్టుఁడు. అట్టివానిచెట్టఁబట్టి నేనెట్లు కాఁపురమొనర్పఁగలను? వంశరిష్టమనోదునని తల్లిదండ్రులే నన్నుఁ గాకులకును గ్రద్దలకును విడిచిపెట్టియుండఁగా, నిప్పు డీయువరాజు జాలిమాలి నన్నుఁ బోఁద్రోలుట యొక్కవింతయా? ఆహా! మగవారిని నమ్మవచ్చునా? వారిలో రాజుల నసలే నమ్మఁగూడదు. వారియాందోళనము తీఱువఱకు వారాడుమాటలు వేరు, తీఱినతర్వాతిపల్కులు వేరునుగదా !

మ. అఱచేతన్సురలోకమెల్లఁ గనఁజే । యంజాతు, రత్నాంచితముం
గఱుడామాటలచే నమాయికల నా । కర్షింతు, రాత్మార్థమై
యఱగొడ్డెంబులుసేయఁ గొంకరు, సతం । బౌద్ధత్యమే వెల్లడిం
తురు, నమ్మందగ దెట్టివారినయిన । న్స్వామీశపుత్త్రావళిన్

నేనెట్టి నికృష్టతకైన నొడిగట్టఁగలను గాని, షేర్ఖానునిమాత్రము పెండ్లాడి తనువు నిల్పుకొనఁజాలను. నాతండ్రి చక్రవర్తి పాడినపాటలకుఁ దాళమువైచువాఁడైనను, నాతల్లి నాయిష్టముచొప్పున వర్తింపఁజూచునుగదా! ఆమెతోడ్పాటుచే నీముప్పుదప్పించుకొందునుగాక. ఇప్పుడు నాకీదుర్గతికిఁ గారణభూతురాలైన యనార్కలీని గపటోపాయంబుచేఁ గోటవెడలింప ప్రయత్నింతును. నాకుఁ దొల్తనుండియు సాయపడుచున్న సోఫియాయే గలదుగదా? (నిష్క్రమించును.)

తృతీయరంగము.

రంగము—అంబరరాజకుమారిభవనము.

[ప్రవేశము- రాణి-చేటికలు.]

అంబ—(దుఃఖముతో) చెలీ! మెహర్! ఇంతటియన్యాయము నా నాథుఁడు నాకొనరించునని కలలోనైన నెంచనైతినే! హిందూ సామ్రాజ్యలక్ష్మీ భారమంతయు వహింపఁదగిన తన భుజపీఠి

పై, నట్టి నీచురాలిని నాప్రాణకాంతుఁడు దాల్చియుండ నేను కన్నారఁజూచి యెట్లు లోర్వఁగలనే?

మోహ—నిజమమ్మా! విన్నమాబోంట్లకే యెంతో కష్టముగానున్నది. దేవేరులగు తమకట్టిచింత యుండుట యరుదా?

సోఫి—అమ్మా! ఇంతముప్పును దెచ్చిపెట్టినది మీమామగారేసుఁడీ! నాయింటఁ జిప్పలుకడుగు దాసికి గొప్పబిరుదములిచ్చి, దుర్లభమగు తమసేవఁ జేకూర్చిన పాదుషావారే యీయాపదకెల్ల మూలమనవచ్చును. వార్ధకదోషమున వారికి ముందాలోచన గలుగలేదు.

అంబ—(విషాదముతో)

తే. గీ. ప్రాణనాథుని ప్రణయసామ్రాజ్యమెల్ల
ననుభవింప నాకొకతకే హక్కటంచు
నెంచి గర్వోన్నతిని జరియించుచుంటి
దానిని హరింతు రన్యకాంతలని యెఱుఁగ.

ఈయాపదకుమూలము మామగారు కారు, నాజనకుఁడే. తండ్రీ!

తే. గీ. కులము చెడిపోవనున్నను ఫలముదక్క-
నింతెచాలు మనకటంచు నెంచినావు
స్వార్థమేగాని దుహితాహితార్థ మింత
యరయ, విది కడు ఘోరకార్యంబుగాదె?

సోఫి—అమ్మా! తండ్రిగారినేల నిందింతురు? తమరు చక్రవర్తినులు కాఁగోరియే యీచుట్టఱికముఁ జేసిరిగాని, యిట్టికష్టములపాలౌదురని వారెంచియున్నారా? అదిగాక మీక్షత్రియులలోఁ గాని మామహమ్మదీయులలోఁగాని బహుభార్యాస్వీకారము ప్రాయికమేకదా?

అంబ—మా క్షత్రియకుటుంబములలో మీలోనున్నంత నియమరాహిత్యము లేదు. తొల్లింటిరాజులు కేవలసంతానకాంక్షతో మాత్రమే బహుభార్యాస్వీకార మొనర్చిరి గాని, యిట్లు కామపరతంత్రులైగాదు.

మెహ—(అపవారించి) సోఫియా! ఊరక వ్యర్థసంభాషణము పెంపక దానిని గోటనుండి తఱిమివేయుటకుఁ దగినయుపాయ మాలోచించి యమ్మగారితోఁ జెప్పుము.

సోఫి—(అపవారించి) అటులే యొనరింతునుగాని, నీవు నాకిత్తునన్న బహుమానముమాట మఱవరాదుసుమా ?

మెహ—(అపవారించి) చేసిన వాగ్దానముకన్న రెట్టిగా బహుమాన మిత్తును. దానిని దఱిమివైతుమేని, మరల మనకు యువరాజు లొంగకపోవఁడు.

అంబ—చెలియలారా! మీ రేదో గుసగుసలాడుచు ననార్కలీని గాపాడఁజూచుచున్నారు కాఁబోలు.

సోఫి—అమ్మా! అదిగాదు. అయ్యగారంత యెక్కువగా దానిని బ్రేమించుచున్నప్పుడు దాని నెట్లుశిక్షించుట యనియే యాలోచించుచుంటిమి.

మెహ—అమ్మా! అదియు మాసాటిదాసియే. కావున దానిని గాపాడవలసిన ధర్మమును మాయందుఁగలదు. అట్లున్నను, దమకే యది ద్రోహము తలపెట్టినప్పుడు మేము చూచి యూరకుందుమా ?

అంబ—ఇప్పుడు దానినేమి సేయుదము ?

మెహ—దానికేదేని హానిఁగల్పింతుమేని, యువరాజుగారికిఁ గోపము రావచ్చును. కావునఁ గొంచెము నిదానింపవలయు.

సోఫి—యువరాజుల కోపతాపములఁ బాటింపనక్కఱలేదు. మహారాజ్ఞులు తలఁచుకొన్న, నెట్టిదుర్ఘటకార్యములనైనఁ జేయవచ్చును. ఇప్పుడు మనముదానిని కఠినదండనలకు లోనుగావింతుమేని, యదియే బెదరిపాఱిపోవును.

మెహ—అవునమ్మా! అది మంచియుపాయమే.

అంబ—కఠినదండనమన నన్నేమిసేయుమందురు?

సోఫి—ఏమిచేయుటకేమున్నది? కొజ్జాల నిరువురరావించి దానిని గట్టించి కొరడాలతోఁ గొట్టింపుఁడు. అంతదాని దయ్యము వదలిపోవును. అదిమరలఁ గోటగుమ్మముఁద్రొక్కక తొలఁగిపోవును.

మెహ—అనార్కలీయెక్కడనని యువరాజడిగిన, మేమేమియు నెఱుఁగనట్టు లూరకుందుము లెండు. అదియే భయపడి పాఱిపోయినదికాఁబోలునని యతఁడు తలఁచి దాని యాసవీడును.

అంబ—చెలియలారా! నాకిప్పుడు సందిగ్ధావస్థ వచ్చినది.

మ. పతిహృన్నీరజమూరకే ముకుళభా।వంబొంద వర్తింతునో
అతిదుఃఖాగ్నినిద్రోసి సాటిమగువన్ । బ్రాణాలఁబోకార్తునో
సతిగావించెడు ముఖ్యధర్మములనే । సాధింపలేకుందునో
సితకీర్త్యాయతికేమి భంగమొ, యనం । జింతింతు నత్యంతమున్.

సోఫి—అమ్మా! తమరేచింతయుఁ బొందక్కఱలేదు. ఇప్పుడూరకుండురేని, యది నానాఁటికి నెత్తెక్కి తాండవమాడును.

మెహ—(ప్రక్కకుఁజూచి) అమ్మా! అదిగో, వచ్చుచున్నదా యనార్కలీ గట్టిగా మాటాడకుఁడు. మనచర్య ముందే గ్రహించి దాటిపోవునేమో!

[అనార్కలీ ప్రవేశించి రాణికివంగి సలామొనర్చి, చెంతబల్లపై నున్న యగురు ధూమపాత్ర యామెదగ్గఱకుఁ గొంపోవును.]

అంబ—(ధూపహారతిని గాలితోఁదన్ని) ఎందులకే నీకీకపటవిన
యము? నాయెదుటికిరాకు. దూరముగాఁబొమ్ము. (తన్నును)

అనా—(నిప్పు చేతిమీఁదఁబడి కాలఁగా నొచ్చుకొని) అమ్మా! నే నే
యపరాధ మొనరించితిని ? నాదెంతమాత్రమును గపటవినయ
ముగాదే! నేను దమదాసురాలను. (రాణిపాదములపైఁబడును)

అంబ—(మరలఁదన్ని) నీవు నాస్థానమలంకరించియు, నింకను గపట
వినయము కాదని వాదింతువా ?

అనా—అమ్మా! తమస్థాన మలంకరించుట యననేమో నాకుఁ దెలి
యకున్నది. నన్నుఁగూర్చి దేవేరు లన్యథాతలంచుట నాదుర్ది
నముల దోషమే కావలయు.

అంబ—నీవికాపుదుర్దినములు, నావి. ఏతైవచ్చి మేకై బిగిసినట్లైతివి.

అనా—అమ్మా! నాతప్పేదో సెలవిత్తురేని, నే నసత్యమాడక, తప్పు
న్న నొప్పుకొని, తమరుచేయు శిక్ష యనుభవింతును.

అంబ—క్షీరపానీయమును యువరాజుగారికడకుఁ గొనిపోయితివా?

అనా—తమయాజ్ఞయైనతోడనే పట్టుకొనిపోయితిని.

అంబ—కొనిపోయి యందు నీవుగావించిన దోషమేదో యెఱుఁగవా?

అనా—(తనలో) అయ్యో! దేవికి సర్వమును దెలిసెఁగాఁబోలు.
ఇప్పు డేమందును? ఈశ్వరా! నీవు నాకు యువరాజునెడ
గల్గించిన ప్రేమ యకలంకమైనది. దానికి విఘ్నమొనరించి
యుందుఁగూర్చి నా కితరులవలన నపకారముగల్గించుట న్యాయ
ముగాదు.

అంబ—ఏమి? మాటాడకున్నావు? నీతప్పు నీకెఱుకపడెనా, లేదా?
కానిసహూఁతురా! ఇంత తెగుదారివని యెఱింగిన, నిన్ను నా
కోటకు రానీయకుందునే! నిప్పుచెఱఁగున మూటఁగట్టుకొ

న్నట్లు నిన్ను నాకడనుంచుకొంటినే! ఇప్పు డేశిక్ష చేయుమందువు?

అనా—(మోఁకఱించి) తల్లీ! నీహృదయేశ్వరుఁ డొక సుధాకలశమగుటచే నేనుగూడ దాని కాసపడితిని.

అంబ—ఓసితొత్తా! ఎవరిసొమ్మని యాసుధ కాసపడితివే? అది నీ బాబుగడించి పెట్టినదనుకొంటివే?

మెహ—(అపవారించి) లేదమ్మా, నీబాబే గడించిపెట్టినాఁడు. (మెటికలు విఱుచును.)

అనా—దేవీ! నేను దల్లిని గోల్పోయి దుఃఖప్రవాహమున మునిఁగి యుండి, కన్నీటికాల్వలచే నాహృదయక్షేత్రమెల్లఁ దడుపుకొనియుండఁగా, యువరాజకర్షకుఁడువచ్చి, తన యనునయంపువాక్కులను గూడల నుపయోగించి, నాదుఃఖప్రవాహమును మరలించి, కరుణరసార్ద్రమై బాష్పపంకిలమై యున్న మద్హృదయక్షేత్రమున ననురాగబీజములఁ జల్లి చాల దినములయ్యెను. అవి మొలకలెత్తి పెరిఁగి పుష్పించియున్నసమయమున, నాభాగ్యవశమున నా కేలికలసేవ లభించినది. సదయహృదయుఁడగు కర్షకుఁడు తాను నాటిన లతాసుమము నామీఁద ననుభవింపఁ గోర, నేను గృతజ్ఞతాపూర్వకవందనములతో నర్పించితిని. అమ్మా! దేవేరు లనుగ్రహించిన, నిదియంత దోషావహము కాదని మనవిచేయుచున్నాను.

అంబ—ఓసి మాయలాఁడీ! ఎన్నివిద్దెలునేర్చితివే! ఎట్టిచమత్కారవచనము లాడుచుంటివే!

సోఫి—అమ్మా! ఎంతయునేర్వకున్న, క్షణములో యువరాజు నెట్లు లోఁబఱుచుకొనఁగల్గినది? ఇన్నాళ్లనుండి మేమున్నాముగదా,

యెప్పుడైన నిట్టిపోకడలు మాయందుఁ దాము గాంచితిరా! మేముబిడ్డలము,తమరు మాతలిదండ్రులునుననియే యెంచితిమే!

మెహ——అట్టివారికిఁ గాలముగాదు. మోసకత్తియలే ముందునకు వత్తురు.

అనా——తల్లులారా! మీరందఱు నన్నెంతగా నిందించినను నే నేమోసమును నెఱుఁగను. నాకుయువరాజు నెడఁబుట్టిన ప్రేమనిర్మలమై పవిత్రమైనది.

అంబ——ఓసిబంధకీ! నోరుమూయుము. ఇఁక నీవిన్నాణపు మాటలఁ గట్టిపెట్టుము. వానిని విని యానందించుటకు యునరాజిచ్చట లేఁడు. నీ వీక్షణమునఁ గోటవిడిచిపోయెదవా, లేదా ?

అనా——అమ్మా! చంద్రునిలో లీనమైన చంద్రికవలె యువరాజు హృదయములో నాహృదయము లీనమైపోయినది. ఆరెంటిని భేదింప నావశముగాదు. చంద్రునకు సదావికాసమును గూర్చుటయే చంద్రికకర్తవ్యము.

అంబ——ఓసినీచురాలా! ఇంకవాగకు. నీజాణతనపుమాటలిఁకఁ జాలింపుము. సోఫియా! ఇరువురు కొజ్జాల నిటురమ్మనుము.

సోఫి——చిత్తము. (ఏఁగుచుఁ దనలో) ఈదెబ్బతోనిది పాఱిపోవకమానదు. పాపము, మెహరునకు మరల మంచిదినములు రావచ్చును. కాని నాకట్టిదినములప్రాప్తిలేదుగద? నేనెంతగాఁ దంటాలుపడినను యువరాజునావంకఁ జూడఁడుగదా? ఈయిరువురునుబోయినఁ జూచునేమోయవలఁజూతము.ముందుదీనిని సాగనంప యత్నింతునుగాక (పోవును.)

అనా——(మోఁకఱించి) తల్లీ! నాయం దనుకంపఁబూని నన్నుఁ గాపాడవేఁడెద.

అంబ——కాపాడెద. నీవు కోటవిడిచిపొమ్ము.

—యువరాజాజ్ఞయదియైనఁ దప్పకపోయెద.

—(కోపదృష్టితో) ఏమీ! యువరాజాజ్ఞ కావలయునా? నాయాజ్ఞ యాయనయాజ్ఞకాదా? ఓసి వగలమారీ! ఎట్టి మాటలాడుచుంటివే? నీవింకను యువరాజు దర్శనముఁ జేయ గలుగుదుననియే యెంచుచుంటివా?

(కొజ్జావాండ్రు ప్రవేశించి సలామొనరించి నిలుతురు.)

— ఓరీ! యీకులట నవ్వలితోఁటలోనికిఁ గొనిపోయి యొక చెట్టునకుఁగట్టి కొరడాలతో నూఱుదెబ్బలనుగొట్టి కోట దాటింపుఁడు, పొండు.

—చిత్తమమ్మా! (అనార్కలీచేతులు విఱిచి కట్టుదురు.)

—

అపరాధం బొనరించియుంటినని మీ ౹ స్వాంతంబునందోఁచినన్
గృపతోడన్ యువరాజు వచ్చుదనుకన్ ౹ శిక్షింపకుండంగ న
న్నిపు డీమందిరమందె నిల్పికొనఁ బ్రా ౹ ర్థింతున్; మనోనాయకా
జ్ఞ పవిత్రింబు, ప్రధాన మెల్లపనులన్ ౹ సాధించుచో సాధ్వికిన్.

—ఓరీ! ఆపాడునోటిని వాగనీయక గుడ్డలు గ్రుక్కి మూయుఁడు.

(భటులు నోటగుడ్డలుగ్రుక్కి యనార్కలీని గొనిపోవుదురు.)

—అమ్మా! మీకింక నీపిశాచమువలని భయముండదు.

—(యోజనాదృష్టితో) ఏమోగాని నామదికింకను భయము వదలలేదే! ప్రాణకాంతుఁ డేమనునో, ముందుముం దెట్టి యిక్కట్టులు నాకుఁగల్గునోయని వెఱపు గల్గుచున్నదే!

—అమ్మా! ఆయన యేమియుననరు. నేనుంటినిగదా! మీకా యనవలని భయమేదియుఁ గలుగకుండఁ గాపాడు భారము నాది.

అంబ—(కంటఁ దడిపెట్టుచు) సోఫియా ! ఇదివఱకెన్నఁడిట్టి క్రూర కార్యముఁ జేసియెఱుంగనే. ఇప్పుడుచేసినపనికి నాహృదయ మావేగ పడుచున్నదే.

మెహ—క్రూరకార్య మందురేమమ్మా ? తమరుగావుననే కొర డాలతోఁ గొట్టుఁడని యాజ్ఞయిచ్చితిరి. ఇట్టితరుణమున మహమ్మదీయ రాజ్ఞులైనఁ దమ శత్రువుల తలలే తీయింపరా ? పుట్టుకచే హిందువులగుటచేఁ దామిట్టి ద్రోహకార్యములపట్ల గూడ ననుకంపఁ బూనుచున్నారు.

సోఫి—అవునమ్మా ! తమహిందూమతసంప్రదాయములే యన్నిటి కడ్డంకులు గానున్నవి.

అంబ—చెలియలారా ! సాంగత్య విశేషమునుబట్టి మతముమాఱినను, జన్మముచే సహజముగాఁగల్గు నాచారములు నభిప్రాయములు నెక్కడికిఁ బోవును ?

మెహ—(దూరముగాఁ బరికించి) అదే యువరాజుగారు వచ్చుచున్నారు.తమముఖమున దుఃఖభావము వీడి సంతోషభావము ధరింపవలయు.

(రాణియన్నియు సవరించుకొనును. సోఫియా యువరాజు కొఱకాసనము శుభ్రపఱుచును. మెహర్ వీవనచేఁబూని సేవసేయుటకై సిద్ధపడియుండును.)

సలీ—(ప్రవేశింప రాణి యాతనిపాదములంటి మ్రొక్కును. సలీము లేవనెత్తి) దేవీ ! యిందాఁక నీవు నాయాజ్ఞకు లోఁబడి కనుల్గట్టఁజేసిన సౌమ్య వినయభావమునకు మిగుల మెచ్చితిని.

అంబ—దేవా ! భార్యకు భర్త్రాజ్ఞ నెఱవేర్చుటకన్న నన్యధర్మమేది?

సలీ—పతియెడ సర్వథా వినయప్రతిపత్తి మీహిందూయువతులకో

నెక్కువగాఁ గనఁబడుచున్నది. నీవు హిందూయువతి వగుట చేతనే నాగౌరవము నిలిచినది.

అంబ—గౌరవము నిలుచుటకేమిగాని, యేలికలు నాయందేలోపముంజూచి యన్యకాంతలఁ గోరవలసి వచ్చెను.

సలీ—నీయందు లోపమేయున్న, నేనిట్లు నీతోఁ బ్రసంగింతునా? నీయెడ నా కుండవలసిన ప్రేమగౌరవముల కెట్టిలోపమును గలుగదు. నన్ననార్కలీసౌందర్యసంపదయే యాకర్షించినది. అదిగాక యామె మిగుల సౌశీల్యముగలది.

అంబ—సౌందర్యము మాటకేమిగాని, నీచకులజ, తనుదాసి, యనియేని సంకోచింపవలదా?

సలీ—ఒక్కొకవ్యక్తి దాస్యమొనర్చుట, యధికారము చేయుట, యనునవి వారివారి పూర్వకర్మఫలములు. ఆమె దాస్యమొనర్చుచున్నంత మాత్రమున నీచకులజయనికాని, నింద్యయనికాని, యెంచరాదు. ఒకరధికారము వహించుచున్నంత మాత్రమున, వారు కులీనులనికాని గౌరవనీయులనికాని తలఁపరాదు.

అంబ—దేవర యిప్పట్లు మాహిందూమత సంప్రదాయమును నమ్ముచున్నారే!

సలీ—సత్సంప్రదాయ మేమతములోనున్నను గ్రహింపఁ దగినదేకదా?

అంబ—అట్లయిన ననార్కలీ సుకులజయే యందురా?

సలీ—ముమ్మాటికి సుకులజయే. ఆమె పూర్వచారిత్రము నీవు వినలేదు కాఁబోలు. ఆమెతండ్రి యొక చిన్న సంస్థానాధీశుఁడు. ఆతని యైశ్వర్యము కాలక్రమమునఁ బోఁగా, నతఁ డీదేశమునకు వచ్చి మనయొద్ద సేవఁజేసి బ్రతుకఁగోరుచు బయలుదేఱి వచ్చుచుండ, దారిలో దొంగలాతనియాస్తియంతయు దోఁచుకొని, పైఁగా నాతనిఁజంపివైచిరఁట, అనార్కలీతల్లి బెంగ

తో నీయూపవచ్చి పురబాహ్యసీమనుండు మసీదుమెట్లపైఁ గాలధర్మమందినది. (వెనుకటి చర్య తలఁపునకు రాఁగా, మెహర్వంకఁ జూచును.)

అంబ—అట్లయినఁ బ్రభువు లామెచరిత్ర మామూలాగ్ర మెఱుంగు దురన్నమాటయే.

సలీ—ఎఱుఁగుటమాత్రమే కాక, యట్టికాంత యిట్టి రాణివాసముల నుచితగౌరవము లందుచు నుండఁదగినదనియు గ్రహించితిని.

అంబ—అట్లు గ్రహించియే కాఁబోలుఁ దామామె కేలు గ్రహించితిరి?

సలీ—అవును. ముందుముం దామెకు నీతో సమానగౌరవ మీయ వలయుననియు నిశ్చయించుకొంటిని.

మెహ—(అపవారించి) ఇక్లైందజీకో నంటివో బాబూ?

అంబ—(కన్నుల నీరుగ్రుక్కుకొని) నాథా! తా మిట్లనుట న్యాయమా?

మ. తమపాదంబులె ప్రాప్యమోక్షపద వీస్థానంబులంచెంచుచున్,
దమ సందర్శనమే పరాత్పర మహాదర్శంబటంచున్, ప్రభూ
త్తమ! కైవల్యమనంగ నేలికల సాంగత్యభాగ్యంబె యం
చు మది న్నమ్మిచరించు న న్నిటుల సంశోధింప న్యాయంబొకో?

సలీ—ఇందు నిన్ను శోధించుట యేమున్నది? నీయెడల నాకుఁగల్గు నాచరమున కెట్టిలోటును గలుగదని నమ్ముము.

అంబ—నే ననుభవింపవలసిన ప్రణయామృత మితరకాంతల కొసంగుటకన్న నాకు లోటుచేయుటన్న నేమి?

సలీ—నీవు పేర్కొన్న ప్రణయామృతము నాయం దక్షయమైయుండ, నది యర్హులగు నితరయువతుల కేల యీయరాదు?

అంబ—అది యక్షయమగునదేయైనను, దాని స్వామ్యమెల్ల నాదే కదా?

సలీ—నీదికావుననే నీయనుమతిఁ బడయుటకును వచ్చియుంటిని.

అంబ—ఇంకను నాయనుమతి కావలయునా? నాయాస్తి యన్యా క్రాంతమయిపోయినదే!

సలీ—నీయాస్తియగునంతమాత్రమున దానిలోఁ గోరంతయు నొరుల కీయ నిచ్ఛగింపకుండుట స్వార్థపరతయనిపించుకొనదా? స్వార్థపరత హిందూయువతి కుండవలసినగుణమే కాదే!

అంబ—అన్యులకీరాని నావస్తువు నేనేయనుభవింపఁగోరుట స్వార్థపరతయనిపించుకొనదని నానమ్మకము. నే నింకఁ దమతో విశేషముగా వాదింపఁదలఁచుకొనలేదు. తమ సెలవేదియో దాని నే నెఱవేర్తును.

సలీ—నాసెలవేదియో తెల్పెద. అనార్కలీ నిటురావింపుము.

సోఫి—(చాటుననున్నది యెదురుపడి) ప్రభూ! ఆమె యెచ్చటికో పోయినది.

సలీ—ఎచ్చటికిఁబోవును? దేవిసెలవు గైకొననిదే పోవుస్వభావము కలదికాదే?

అంబ—అదివచ్చి కొన్నిదినములైనఁగాలేదు. అప్పుడే దాని స్వభావములు దేవరవారికంతగా ద్యోతకములైనవా?

సలీ—ఇంగితజ్ఞుల కొరులగుణములు తెలిసికొనుట కెన్నియోదినములు కావలయునా? ఒక్కసారి సంభాషించినంతనే యెఱుఁగవచ్చుఁగదా!

సోఫి—బాబూ! అది పైమెఱుంగులసానియే కాని, తమరనుకొన్నంత గుణవంతురాలుగాదు. అది నాయింట దాసిగాఁ జాలకాలమున్నది గావున, నాకు దానింగూర్చి తమకన్న నెక్కువగాఁ దెలియును.

సలీ—ఓసి కుత్సితస్వభావా! నిన్నెవ్వరును బ్రశ్నించుటలేదు. నీవు విశేషముగా మాటాడక యవలికిఁబొమ్ము. ఇంకనుబోవేమి? పో. దూరముగాఁబొమ్ము.

సోఫి—(భయపడి వెనుకకుఁ దగ్గును.)

అంబ—(తనలో) ప్రాణనాథునకామెయందింత ప్రేమ నిలిచియున్నప్పు డెవరేమిచెప్పినను లాభములేదు. నేను మొదటఁ దలఁచినరీతిగా గొప్పతప్పు చేసితిని. ఎట్లుగో తప్పించుకొనుట!

సలీ—దేవీ! ఆయనార్కలీ యెందేగినది? నీవెఱుఁగియుండకపోరదు. నేర్తువేని నీవామెను బిలిపింపుము. నేరకుందువేని, నేనేపోయి యామె నన్వేషింతుఁగాక.

అంబ—తమకు నిజముగా నామెవియోగమంత బాధాకరముగ నున్నదా? ఆమెపైఁ దమకు నిశ్చలప్రేమగలదా?

సలీ—కలదాయని మెల్లఁగా నడుగుదువా? ఆమెను విడిచిన నా ప్రాణములకే భంగముకలుగవచ్చును. కేవల కామోద్రేకముచే నామెను నేఁగోరుటగాదు. ఆమెసాన్నిధ్యమొక స్వర్గమనియు, నామె యొకయప్సరోంగనారత్నమనియు, నామెమానసకాసారమునుండి వెలువరించిన యనురాగరస మొకదివ్యామృతపూరమనియు దృఢముగా విశ్వసించుచున్నాను.

చ. పలుకులు వేయునేల? తెలి । వా! నిముసంబయినం దదంగనా
తిలకముఁగాంచనేని జగ । తీస్థితి యెల్ల వృథాయటంచు నేఁ
దలఁతును, సర్వసంపదలుఁ । దద్దయు భారములంచు నెంచెదన్
వలచెదవేని నాబ్రతుకు । పంపు మనార్కలిఁదేవ నేఁడె నేన్

అంబ—(భర్తకాళ్ళపైఁబడి) దేవా! నేను మహాపరాధినినైతిని. నన్ను, నా చెలికత్తెలను క్షమింతురేని, యథార్థము వచింతును.

సలీ—(తొందరపాటుతో) క్షమింతును. వచింపుము. అనార్కలీ కేకీడును జేయవుగదా?

అంబ—స్వామీ! తమ కింతయకళంకప్రేమ యామెయెడఁగలదని యెఱుఁగక నేనామెను—

సలీ—ఏమిచేసితివి? చెప్పు? సంకోచింతువేల?

అంబ—కొరడాలతోఁ— గొట్టఁ—బంచితిని.

సలీ—ఓసి సాహసికురాలా! ఎంతపనిఁ జేసితివే? చెప్పు మేస్థలముననో, యిప్పు డేస్థితిలోనో యామెయుండుట?

అంబ—(ఏడ్చుచు) నాథా! నేను మహాపాపాత్మురాలనై దేవర మనస్సు నొవ్వఁజేసితిని.

సలీ—ఇప్పుడీ యేడ్పు లెందులకే? ఆమె యెక్కడనున్నది?

అంబ—అవ్వలి ప్రమదావనములో.

సలీ—అందేమి చేయుచున్నది?

అంబ—(గాద్గద్యముతో) అక్కడ నామెను జెట్టునకుఁగట్టి—

సలీ—ఓసిరాక్షసీ! ఎంత క్రౌర్యమున కొడిగట్టితివే (సోఫియావంకఁ దిరిగి) ఈదాసీపిశాచములు నిన్నావహించి యీపనిఁ జేయిం పఁబోలు. వీరల నిప్పుడే యీకరవాలమునకు బలియిత్తును. (కత్తిదూయును.)

అంబ—(అడ్డువచ్చి) నాథా! ముందే తమ క్షమాపణము వేఁడియుంటిని. మమ్ము ముప్వురను క్షమింపఁ బ్రార్థింతును.

సలీ—(కత్తి యొరలోనుంచి) కానిమ్ము. అవలఁజూతును. ఇప్పుడనార్కలీ యేస్థితిలోనుండును?

అంబ—(భయపడుచు) ఈపాటికిఁ గొజ్జాలు దెబ్బలు కొట్టుచునే యుందురు.

సలీ—ఆహా! ఎంతదుర్మార్గురాలవే! ఎంతకఠినశిక్షవిధించితివే! నీకు నోరెట్టులాడెనే? ఇంకను జాగొనర్తునేని, యేమగునో! నేనే పోయి యామెను గొనితెత్తుఁగాక! (పరుగెత్తిపోవును.)

అంబ—హా! యీశ్వరా! నన్నెంతనిందపాలుచేసితివి?(మూర్ఛిల్లును.)

[దాసీజనము శైత్యోపచారములు చేయుచుండును.]

అంబ—(తెలివివచ్చి) భగవంతుఁడా! నన్నెంతకట్టిఁడినిగాఁ గావించితివి. అయ్యో! నాజీవితేశుని మదికిఁ దీఱరాని నొవ్వ గల్గించితినే!

సోఫి—అమ్మా! ఊరడిల్లుఁడు. ఇప్పు డేమనుకొన్నను లాభములేదు.

అంబ—నీవేదోనన్నుఁ గాపాడెదనంటివే! ఊరకుంటివేల?

సోఫి—అమ్మా! యువరాజుగారట్లు చీఁదఱించి మమ్ముఁ ద్రోసిపుచ్చినప్పుడు మే మేమిచేయఁగలము? తమరుచూచియే యుంటిరే! మాటాడనీయలేదుగదా!

అంబ—ఇంతకు వచ్చునని నే ననుమానించియే తొలుతఁ గొంకితిని. మీరిరువురు నన్నుఁ ద్వరపెట్టితిరి. నాచేత మహాక్రూరకార్యముం జేయించితిరి.

సోఫి—అమ్మా! గతజలసేతుబంధనమేల? భావికార్యగతి యాలోచింతము.

అంబ—ఆలోచించుట కేమున్నది? అనార్కలీ నాయెదుటికి వచ్చుటయే తటస్థించునేని, నే నామెను బతిమాలి నాభర్తకప్పగించుటయే నాకర్తవ్యము.

(సలీ మనార్కలీని దనచేతులపైఁ బెట్టుకొని తీసికొనివచ్చును. అనార్కలీదెబ్బలచే బట్టలుచినిగి వీఁపుపైఁ దట్టులేర్పడియుండ సొమ్మసిల్లియుండును. ఆమెను యువరాజు మెల్లఁగా రాణిసెజ్జపైఁ బండుకొనఁబెట్టి)

సలీ—దేవీ! నీమూలముననేకదా కోమలగాత్రియగు నీమె యిస్థితి కి వచ్చినది. నీయసూయాపిశాచన మెంతపుట్టించెనో చూచితివా?

తే. గీ. ఎందఱు సపత్నులుండిన । నీర్ష్యగనుట
లక్షణముగాదు గృహిణీ ల।లామ కెపుడు
అక్కసవతు లెందఱు చెల। రేగియున్న
రోహిణీకాంత యుడుకోటి । రోసియున్నె?

అంబ—ప్రాణేశా! నామహాపరాధమును సైరించి నన్నుక్షమింప వేఁడుచున్నాను.

(భర్తపాదములపైఁబడును.)

సలీ—(విదళించుకొని) నాకాళ్ళేల పట్టుకొనెదవు? అనార్కలీకాళ్ళు పట్టుకొనుము.

అంబ—(నివ్వెరపడికొంతతడవుండి తనలో) ఆహా! నాయవస్థ యెంతకువచ్చినది!

ఉ. కాలముదప్పియున్న యెడ । గాడిదకాళ్ళను బట్టఁబోఁడె యు
ద్వేలకులాభిమాని వసు।దేవుఁడ దేవిధి నేనుగూడ దు
ష్కాలముప్రాప్తమౌటఁ బని।గత్తెపదంబులు పట్టఁబోయి హృ
త్పాలకు నాజ్ఞఁదీర్చుటయె । ధర్మమటంచుఁ దలంతు నిత్తఱిన్.

(ప్రకాశముగా) నాథా! ఇదే మీయాజ్ఞ పాలింపఁబోవుచున్నాను.
(పండియున్న యనార్కలీ పదములంటఁబోవును.)

అనా—(చప్పున లేచి) అమ్మా! ఇదేటిపని?

అంబ—ప్రాణేశ్వరాజ్ఞ.

అనా—(నీరసముగా) తమ- దాసినే! తాము- నాకాళ్ళు- ముట్టవచ్చునా?

అంబ—నాథు నాజ్ఞయైనప్పు డేమిచేసినను దప్పులేదు,

అనా—తల్లీ! అపరాధినిని, క్షమింపుఁడు.

అంబ—(తనలో) ఆహా! ఏమి యీమెసౌశీల్యము! ఈమె సర్వజన వందనీయురాలుగదా! (ప్రకాశముగా) సోదరీ! నీసౌశీల్యము మెచ్చఁదగినది. ప్రాణకాంతుఁడు వచించినట్లు నీవు నాతో సమస్థితియందేకాక, నాకన్న నున్నతస్థితియందును నుండఁదగినదానవు. నే నిదే వాగ్దాన మొనరించుచున్నాను. పరమపవిత్రమగు మీ ప్రణయసౌఖ్యమున కింక నేనాడును నే నసూయపడను. పైఁగా నీకెట్టియాపద వచ్చినను, నది నాదిగా గ్రహించి నిన్నుఁ గాపాడయత్నింతును.

సఖీ—దేవీ! నీసౌశీల్య మంతకన్నను మెచ్చఁదగినది. నీ కిట్టిసమాన గుణముండుటకుఁ గారణము నీవు హిందూకాంతవగుటయు, విశేషించి పరమపవిత్రరసపుత్రకుటుంబసంజాత వగుటయు నే కదా!

సీ. ప్రాణనాథు సుఖ సం । పాదనాన్వేషణ
కార్యమే కర్తవ్య । కార్యమనుచు
పతిపాదజలజాత । పావనసేవావి
ధానంబె ముఖ్యవి । ధానమనుచు
హృదయేశ్వరసుధాంశు । వదనమండలదివ్య
దర్శనంబే దేవ । దర్శమనుచు
చిత్తేశనిర్మల । చిత్తగృహాంగణ
సంచారమే పూత । చారమనుచు
గీ. నెంచి వలయుచో నుసురు లర్పించి రమణు
ప్రాణములఁ గాచు సత్స్వభా । వంబుగలది

యువలచరితయా హిందూ ల।తాంగిగా వె
తల్లతాంగీమతల్లివై । తనరు దీవు.

అంబ—ఆత్మేశు మెప్పుఁ బడయుటచేఁ గృతార్థురాలను (నమస్క రించి,)

సీ. అలరుసొంపులఁగుల్కు । నలరును వలపునా
వలపునాటఁగ నెప్పు । గలసిమెలసి
చెలువైనకళలూను । నెలయు వెన్నెలయునా
ననుగుణగుణయుక్తి । గొనబుఁగాంచి
కసఁగాంచి జిగిమించు । పసిఁడియు మణియునా
నన్యోన్యశోభామ।హత్వమంది
తనరారుకల్వల । దాయయుఁ జాయనా
నతులానుబంధాప్తి । నతిశయించి

గీ. స్థిరసుఖానందవైభవ । శ్రీలఁ గాంచి
యాయురారోగ్యసంపద । లందుచుండి
నాదు ప్రాణనాథుండు న।నార్కలియును
బృథివిఁ బొల్తు్రగాకని యాశు । వేఁడుదాన.

(నిష్క్రమించును.)

(నాయికానాయకులు చేయిచేయి గలిపికొనియేఁగుదురు.)

ఓమ్

అనార్కలి.

చతుర్థాంకము.

ప్రథమరంగము.

రంగము- ఒకధనికునిల్లు.

[ప్రవేశము:- మెహర్ తల్లిదండ్రులు.]

తండ్రి—ప్యారీ! అమ్మాయినిగూర్చి చక్రవర్తియేమనెనో వింటివా?

తల్లి—అమ్మాయినిగూర్చి యేమనెను? దాని ప్రసక్తియేలవచ్చివది?

తండ్రి—చక్రవర్తి నన్ను రహస్యమందిరమునకు రమ్మని పిల్వఁబంపి నాతో నిట్లనెను. "ఓయి! నీకూఁతురు మాజనానాలోనుంట గొప్పముప్పుగానున్నది. ఆమెకు వెంటనే పెండ్లిసేయుము.

తల్లి—ఆముప్పేదో తెల్పియున్నారా?

తండ్రి—అది తమ కుమారుని మనస్సు చెడఁగొట్టుచున్నదఁట.

తల్లి—ఏకుమారునిమనస్సు? ఏరీతిగాఁ జెడఁగొట్టుచున్నది?

తండ్రి—యువరాజు మనస్సేయఁట. అతఁడామెవలలోఁబడి యిరువురును రహస్యముగా నుద్యానవనములోఁ గలసికొనుచుండ నెవ్వరో కాంచి వారితోఁ జెప్పిరఁట. అది వారు నిజమని నమ్మిరఁట. చూచితివా? అమాయకయగు మనబిడ్డమీఁద నెట్టి యపవాదమువైచిరో యెవ్వరో గిట్టనివారు?

తల్లి—(తనలో) ఈనడుమ నమ్మగారిచ్చినారని యెన్నియోరతనాల హారములు, నెన్నియో జరీబట్టలును దెచ్చుకొనుచు, నిరం

తరముఁ బరిమళద్రవ్యములనే పూసికొనుచు శృంగారముగాఁ దిరుగుచున్నది బిడ్డ! యువరాజుతో సంబంధ ముండఁబోలు! ఆవదంతి నిజమే కావచ్చును. (ప్రకాశముగా) అపవాదమున కేమిగాని, వారు విన్నమాట నిజమే యనుకొనుఁడు. పెండ్లిచేయుమనఁగానే చేయఁగలమా? తగినవరుని వెదకికొనవలదా?

తండ్రి—సేనానాయకుఁడగు షేర్ఖానుఁడే తగినవరుఁడనియు, నతనితోఁ దామే మాటాడియుంటిమనియు వారు సెలవిచ్చియున్నారు.

తల్లి—ఆషేర్ఖానుఁ డేమనెను?

తండ్రి—సంతోషపూర్వకముగా మనబిడ్డను బెండ్లాడెద ననెనఁట.

తల్లి—అతఁ డొప్పుకొనిన, మన యమ్మాయి యొప్పుకొనవలదా?

తండ్రి—ఒప్పుకొన కేమిచేయును? వరుఁడు సమ్మతించినాఁడు. మనము సమ్మతించితిమి. ప్రభునాజ్ఞయైనది. అట్టిచో నామె వ్యతిరేకరింప వీలేలేదే!

తల్లి—ఏమో! అట్లనుటకు వీలులేదు. పెండ్లాడి సుఖించునది యది గాని, మనమును జక్రవర్తియుఁ గాదుగదా? అందఱి సమ్మతులకన్న దానిసమ్మతియే ప్రధానమని నాయూహ.

తండ్రి—అమ్మాయి నొకసారి యిటు రమ్మనుము.

తల్లి—సరే. (అని లోనికేఁగును.)

తండ్రి—(తనలో) ఎట్టి నింద నాకు వచ్చినది! వచ్చిననింద రానే వచ్చినది. యువరాజు మా కల్లుఁడైన బాగుగనుండును. చక్రవర్తి కిష్టములేనప్పు డదియెట్లు పొసఁగును? తెస్సఁగా యోజించిచూడ మాకుటుంబమందు యువరాజున కత్యంతప్రీతి యుండుట, తండ్రితో నన్నుఁగూర్చి 'సిఫార్సు' చేసి శీఘ్రకా

లములో నా కున్నతోద్యోగ మిప్పించుట, మాయమ్మాయి తఱుచుగా బహుమానములు దొరకినవని యమూల్యాభరణాదులు తెచ్చికొనుచుండుట, యివియన్నియు నమ్మాయిచర్యనుగూర్చి యనుమానింపఁదగిన విషయములే. నన్నింతయున్నతికిఁదెచ్చిన చక్రవర్తిమాట పాటింపకుందునేని, చాల చిక్కుల పాలగుదును. ఇంతకు నమ్మాయి యేమనునో!

[మెహరును దల్లియుఁ బ్రవేశింతురు.]

తండ్రి—అమ్మా! నిన్ను షేర్ఖానున కిచ్చి పెండ్లిసేయుమని సార్వభౌము నాజ్ఞయైనది. ఏమందువు?

మోహ—నాన్నగారూ! నే నసలు పెండ్లియే యాడఁదలఁచికొనలేదు. బ్రహ్మచారిణిగానే యుందును.

తండ్రి—అట్లుండుటకు సంఘముగాని, యాచారముగాని యొప్పవు. అదిగాక ప్రభునాజ్ఞ నతిక్రమింపరానిదిగదా?

మెహ—అన్నిపట్ల ప్రభ్వాజ్ఞ పాటింపకతప్పనిదేయైనను, వివాహవిషయమునమాత్రము నచ్చకున్నఁ ద్రోసిపుచ్చవచ్చును.

తండ్రి—మనమే వారి బానిసలమైయుండ మనదేహము లెట్లుండవలయునని యాప్రభువు లాజ్ఞయిత్తురో, యటులే యుంపక తీఱదుగదా?

మెహ—వివాహము దేహసంబంధమైనదిమాత్రమేకాదు. హృదయము, ఆత్మ వీనితో సంబంధించినది, పవిత్రపరిణయమని మీ రెఱింగినసంగతియేకదా! రాజులు మనశరీరములపై నధికారము వహించువారైనను, మనహృదయములు, నాత్మలు, వారికి వశములు కాఁజాలవు. అవి యీశ్వరాజ్ఞకుమాత్రమే లొంగునవి.

తండ్రి—సార్వభౌముఁడే యీశ్వరుఁడని నమ్ముదుము. అందఱట్లు నమ్మ
వలెనని యే యతఁ డుద్దేశించి "అల్లాహో అక్బర్" అను శ్లే
షార్థవచన మేర్పరించినాఁడు.

మెహ—ఏమో తండ్రీ! నా కీనుడులు నచ్చకున్నవి. నే నాపేక్షితు
నుద్వాహ మాడఁజాలను. ఆవల మీయిష్టము.

తండ్రి—అమ్మా! అట్లనకుము. మన కూటిలోనే మన్ను గొట్టుకొన్న
వార మగుదుము. ఆనికోపమునకు మనము గుఱియగుదుమేని
మనము సర్వస్వముఁ గోల్పోవుటే కాక ప్రాణములకుఁగూడ
భంగముఁ దెచ్చుకొన్నవారమగుదుము.

తల్లి—అమ్మా! వెఱ్ఱిపట్టు పట్టకుము. నాన్నగారిమాట చక్కఁగా
వినుము.

మెహ—అమ్మా! నీవును నట్లే చెప్పెదువా? ఇదిన్యాయమా!

తల్లి—(అపవారించి) నేను మీతండ్రియెదుట నట్లనకతప్పదు. నీయి
ష్టమెట్లో యటులే యాచరింతము లెమ్మా. (ప్రకాశముగా)
నాథా! నాకొకటి తోఁచుచున్నది. మీరు చక్రవర్తితో
నమ్మాయి సమ్మతించినటులే తెలిపి యొకయేఁడాది గడుపవల
గుఁడు. ఈలోపల నేదేని మార్పుగలుగవచ్చును.

మెహ—మీచిత్తమువచ్చినటులఁ జెప్పుకొనుఁడు. నాతనువు నిలు
చుటకు మీరు కోరుదురేని, నాకీసంబంధము చేయవలది
నామనవి.

తండ్రి—ఏఁడాదియాఁగినను, రెండేండ్లాఁగినను వానియాజ్ఞ
ర్పకతీరదు. ప్రకృతమున కట్లే గడువడిగి వత్తును.

తల్లి—(అపవారించి) అమ్మాయీ! ఆపెద్దమసీదుకడనుండు
గొప్పజ్యోతిష్కుఁడు. తాయెతులిచ్చి జనుల మనోర

దీర్పఁగల సమర్థుఁడనియు విందును. అతని నాశ్రయించి యీలోపున నీయభీష్టము నెఱవేఱుమార్గ మాలోచింతము.

మెహ—అటు లేకానిమ్ము. నేను దాఁపక నీకడనొప్పుకొంటిఁగదా ? నా కా యువరాజుపైఁ జిత్తము నిల్చినమాట సత్యము. అది యెటు లేని చేకూర్ప నీవే రహస్యముగాఁ బాటుపడవలయును. తల్లివి నీవే నన్నుఁ దేర్పకున్న, నింకెవ్వరు దిక్కున్నారు ?

తి—అమ్మా ! నిన్నుఁ గడుపునఁ గనకపోయినను, గన్నకూఁతు కన్న మిన్నగా నెంతుఁగదా! నీసోయగమునకుఁ దగినవరుఁ డా యువరాజొక్కఁడేయని నాకును దోఁపకపోలేదు. నీవుచింత మాని యుండుము.

లిండి—మీగుసగుసలన్నియు వ్యర్థములే. చక్రవర్తి చండశాసనుఁడు. అతనియానతి యీశ్వరాదేశముకంటెను దీవ్రమైనది. అది జరగకమానదు. పొండు.

(లోపలికేఁగును- తెరపడును.)

ద్వితీయరంగము.

రంగము—అక్బరుభవనము.

[ప్రవేశము—అక్బరు సింహాసనమునఁ గూర్చుండియుండును. చెంత యువరాజాసీనుఁడై యుండును. మంత్రిముఖ్యులు వారివారి యాసనములపైఁ గూర్చుండియుందురు. అనార్కలీ యాటకత్తె కర్హమగు వస్త్రులధరించి సభాభవనముం బ్రవేశించును. సభ్యులామె యాకృతినిజూచి "వహ్వా, బలే, భేష్" మున్నగు మాటలాడుదురు.]

సలీ—(తనలో) నాప్రాణేశ్వరి యీవేషమున నెంతమనోహరముగా నున్నది! అచ్చముగ నాకసమునుండి దిగివచ్చిన యచ్చరలేమ వలెనే యున్నది. ఇట్టి సుందర సుకుమారశరీరను బహిరం

గముగా నాయర్ధాంగిగాస్వీకరింపఁజాలక నలువురిలోఁ జైతక్కలాడించుచుంటిఁగదా! పోని యిమ్మాటికిఁగ నీమెయుల వచ్చి కొన్ని నాట్యకళాప్రకటనమైనఁ గావింపనగునేమో! ఇంతకు నీమె తాను దలంచినరీతిగాఁ జక్రవర్తి మెచ్చుపడసి వరసిద్ధిని బొందఁగల్గినప్పుడుగదా, నే నానందింపవలయును! భగవంతుఁడా! ఈమెను జయశీలనుగాఁ జేయు భారమునీదే!

(అనార్కలీ చక్రవర్తికిఁ దదితర సభ్యవరులకును సలాముఁ గొనర్చును)

అక్బ—(తనలో) బళే! ఈస్త్రీవంటి యందగత్తె నెందుఁ జూచి లేదు. నాఁటి ముగ్ధాలావణ్యావిలాసమునకు నేఁటి ప్రౌఢా సౌందర్యాతిశయమునకును విశేషభేదముగలదే! ఈమెగొప్ప విద్యావతియై సమస్తరసములును బ్రకటింపఁగల సమర్థురాలని తోఁచుచున్నది. (ప్రకాశముగా) సుందరీ! నీనాట్యకళానై పుణ్యమును బ్రకటించి మమ్మునందనుపుము.

అనా—ప్రభూ! ఇట్టినాట్యకళ తామిదివఱకెవ్వరియందును గాంచి యుండరు. నేనలవఱిచినకొన్నది యపూర్వశృంగారకళ. దాని సొగసు దేవరవారు లెస్సఁగా గ్రహించి నావిద్యకుఁదగిన బహుమానము దయచేయ వేఁడుచున్నాను.

అక్బ—నీవుపేర్కొన్న యపూర్వవిద్య నీయందున్నట్టు మాకుఁదోఁచు నేని, నీవుకోరిన బహుమాన మేదేని పొందఁగలవు. నిన్నుఁ గూర్చి నాట్యరంగాధ్యక్షురాలు మిగులఁగొండాడుచు మాకడఁ బ్రసంగించుటచే నేఁడు నీనాట్యప్రదర్శనమున కాజ్ఞయిచ్చితిమిగదా! ఏదీ, కానిమ్ము.

అనా—చిత్తము (అనిసర్దుకొనుచుండును.)

సలీ—(తనలో) ఓహో, యీమె నాశయ్యాగారమువీడి నాట్యరంగాధ్యక్షురాలికడకుఁ బోయెనని తోఁచెనది. ఇందుకాకా?

ఆమె నొకపట్టున మెచ్చుకొనదు. ఎంతటి విద్యావంతురాం
డ్రనైన యధిక్షేపించునుగదా ! ఈమెయందు నిజముగా న
పూర్వ నాట్యకళాపాండిత్య మిమిడియుండవచ్చును.

అనా—(ఇట్లు పాడును)

ద్వి. చిక్కలఁజేనికి - లెక్కకు మీఱు
చక్కనిచుక్కలు - సతులుగనుంద్రు
ఘనువులనమువను - నూర్జితభంగి
నుసువిభుఁ డవరెను - నొప్పిచెలంగి
అందఱుసతులలో - నలరు రోహిణియె
పొందువహింపఁగ - ముందునఁ బడియె
ఆమెయదృష్టము - నలవియె పొగడ
రామలలోఁ గడు - రాజిలుగావె !

అక్బ—అనార్ ! నీనాట్యకళ యత్యంతశ్లాఘ్యమైనది. నిన్నుఁబోలిన కళావతుల నెన్నఁడుఁ జూడలేదు, వినలేదు.

గీ. కనుమనోహరమై కల । కంఠరవము
పోలెఁ బంచమస్వరముఁ । బొదలుస్వనము.
కలికి ! నీమనృత్యము నీలకంఠనృత్య
మట్టు లొప్పులు గుల్కుచు । నమరుఁగాదె.

ఇదే రత్నసరము బహుమతిగాఁ గొనుము ? ఇంకను నీకళాప్రకటన మొనరింపుము. ఎంతఁజూచినను మఱియుంజూడబుద్ధియేపుట్టుచున్నది.

అనా—(సరముంగొని వంగి సలామొనర్చి) ప్రభూ ! అవహితురాలనైయుంటి. నృత్త, నృత్య, నాట్యకళలను మూఁడింటిని మేళవించి హావభావప్రకటనమును, ఆంగికమైన యభినయమును, నృత్యమును, లెస్సఁగాఁ బ్రకటింపఁగల్గు వారలరుదు. చిన్ననాఁట నాజనకుఁ డీవిద్య యత్యంతప్రీతితో నేర్పించియుంట,

నాకిది యభినూనవిద్యయయ్యెను. ఆవిద్య యేలినవారి మెప్పుఁ
బడయుటచే నేను గృతార్థురాలనైతిని.

గీ. ప్రభువరులు కరుణాసముద్ర నిభులగుట
మఱిసరము కాన్కనిచ్చుట సమంజసంబె
సార్వభౌమ ! యాత్మజరత్న సరమె నాకుఁ
బరమసంప్రీతి గూర్చెడు బహుమతియగు.

(అని సలీమువంకఁ గ్రేఁగంటిచూపులు పఱపును)

అక్బ—(ఆమె చూపులుగనిపట్టి) ఎంతప్రౌఢ యిది ! ఆత్మజరత్న సరమనుటలో నీమె యభిప్రాయమేమో ! నాహృదయాలంకారమగు రత్నసరమనియా, నాకుమారరత్నమనెడు సరమనియా? చూపులు పుత్రునివైపుననే పఱపుచున్నదే ! (లెస్సఁగాఁబరికించి) అదిగో, నాకుమారుఁడుకూడ నాపాయమునఁ దిలకించుచున్నట్టులుండెనే ! దాని విద్యకు సంతసించి యట్లుచూడఁగూడదా ? ఇంకను బరీక్షింతముగాక. (ప్రకాశముగా)సుందరీ! కానిమ్ము.

అనా—(సలీమువంకఁ బ్రేమదృక్కులఁ జూచుచు ఘురలనృత్యమొనర్చుచు నిట్లుపాడును.)

ద్వి. ఇనకరభాగ్యమ - దృష్టమకాదె
యొనసి సుఖింపఁగ - నెంచునతనికి !
చక్రిచమూపతి - సర్వలోకపతి
అక్రమ మడఁచెడు - నంచితసుమతి
తమమునుబాపి తే - జమునిడు ప్రభుఁడు
కమలముఖవిరికాస - కరుఁడగు విభుఁడు

(పాటలోశ్రుతితప్పును. నృత్యములో లయయు నడుగులవిన్యాసమును దప్పును.)

అక్బ—(తనలో) నేను దలఁచినట్టులే యగుచున్నదే! నృత్యము చెడఁ గొట్టుచున్నదే! ఇందాఁకటికళ యంతయు గడ్డలయ్యెనే! (అనార్కలీ మోహపరవశయై సలీముచెంతకు నాట్యమాడుచుఁ బోవుచుండుటగాంచి యత్యంతోగ్రుఁడై) ఓసికులటా! ఆఁగుమాఁగుము. నీనాట్యకళాప్రకటన మిందులకా? పొమ్ము.

చ. ఎఱుఁగక కాలసర్పమును నిన్నిదినంబులు నామగేహమం
దరసితి నాదరంబుమెయి; నంతరమందు విషానలంబు పై
కెరిసి దహించునట్టులు మదీయ సుతామలకీర్తి పుష్పసుం
దరతరుకూట మంచు నెడఁదం గననైతిని మందబుద్ధినై.

(లేచి కొడుకువంకఁ జరచరలాడుచుఁ జూచుచులోనికిఁ బోవును. సభ్యులందఱును నివ్వెఱపడి గుసగుసలాడుదురు. అనార్కలీ సిగ్గుపడి తలవంచి నిలిచియుండును. సలీము వెలవెలపోయిన ముఖముతోఁ బ్రియురాలివంకఁ జూచుచుండును.)

భటుఁడు—(ప్రవేశించి సలీమునకు సలామొనర్చి) సర్కార్! తమ్ము లోనికి రావసినదని సార్వభౌముల యాజ్ఞయైనది.

సలీ—(ఒక్కపర్యాయము ప్రియురాలివైపుచూచి తలపంకించి యేఁగును.)

తృతీయరంగము—విష్కంభము

రంగము—రాజాంతఃపురకక్ష్యాంతరభాగములు.

[ప్రవేశము-సోఫియాయు, ద్వారపాలకుఁడును.]

ద్వార—ఏమమ్మా! నేఁడింత వికసించియున్నది నీమొగము?

సోఫి—ఓయీ! ఇన్నాళ్ళకు నాయత్నములు ఫలించినవి. నన్ను మోసపుచ్చి నాగౌరవభాగ్యములు హరించిన దుష్టురాలికి నేఁటికిఁ బ్రతిక్రియఁ జేయఁ గల్గితిని.

ద్వార—ఎవరాదుష్టురాలు?

సోఫి—చక్రవర్తిగారికే దానిచర్య గోచరించుటచే నిఁక దానికి స్వస్తిఁ జెప్పకమానరు.

ద్వార—ఒక్కటే ధోరణియా? ఎవతె యామె.

సోఫి—మరల నొకయాట నే నాడవచ్చును. ఇప్పుడు మెహర్‌కూడ నాకడ్డంకిగా లేదుగద! అది కోట విడిచిపోయి సన్యాసినిగాఁ జరించుచుంటచే నాభాగ్యము ఫలింపవచ్చును.

ద్వార—నీకుఁ బిచ్చియెత్తినదా యేమి? ఎవరినిగూర్చి యిదంతయు?

సోఫి—మెహరనార్కలీలిరువురును లేకపోయినప్పుడు, యువరాజు నావశుఁడు కాకుండనా? నాకు శుభదినములు వచ్చినవి.

ద్వార—అమ్మయ్య! ఇప్పటికి బోధపడినది. అనార్కలీని పఱిమివేసినావా? ఇఁకఁ బిశాచమువలెఁ బీడించు నీముసలిమొగిని బాధ నీకుఁ దప్పినదనియే నమ్మవచ్చును.

సోఫి—(వినిపించుకొనకయే) నే నిదేపోయి చక్రవర్తిగారిసందేశ మెఱింగించి యనార్కలీని గొనిపోయి యాయనయెదుటఁ బెట్టి యాయనకోపాగ్నికి వలయునప్పుడు కొన్ని సూచకవచనేంధనములు వేయుచుండెద. ఈదెబ్బతో నది కోటవిడిచిపోవక తప్పదు. లేదా, ప్రాణములే కోల్పోవవలసివచ్చునేమో!

ద్వార—ప్రాణములే తీయఁదలంచితివా?

సోఫి—అటులే జరుగునేని, నాకుమఱియు సంతోషమగునుగదా! ఇంతకు నాయదృష్ట మెట్లున్నదో!

ద్వార—పోయిరమ్ము. నీరొట్టె నేతిలోఁబడినదిలే.

(నిష్క్రమింతురు.)

తెర లేచును.

రంగము- అక్బరురహస్యమందిరము- అక్బరు చంచలబుద్ధితో నొక్క సారి కూర్చుండియు, నొకసారి లేచి పరిచార మొనర్చియు, నింకొకసారి నిట్టూర్పులుపుచ్చుచు నొకచోనిలిచి తలపంకించుచుండియు నుండును.

అక్బ—

చ. విమలయశోవిశాలమగు । విశ్రుతరాజ కులప్రభూతనై
యమరనిభప్రకాశయుత । నై చనుసంబరరాట్కుమారికా
ప్రమదనుగన్నుబ్రేమి తన । బానిసకూతుల బాహ్యచర్యలన్
భ్రమపిసుతుండు దుర్యశము । పాలొనరించెను శుభ్రవంశమున్.

ఉ. ఎప్పటికే న్ముసల్మనులు । హిందువులేకకులంబువారలై
యొప్పఁగ, భారతావని మహోన్నతియెల్ల మదీయజాతియే
యెప్పుడుఁబొందుచుండ మది । నెంతయుఁ గోరి చరించు నాకు నీ
చెప్పరమైన ముప్పులను । దెచ్చి సుతుండు మతింగలంచెడున్.

నేనెన్ని కట్టుపాట్లనొనరించినను, నాసుతుండు తప్పుదారులనే చరించుచున్నాఁడు. నైజముగా వానికి సద్బుద్ధియుదయింపవలెఁ గాని, నేను నేర్పిన నెంతగా వానికది యలవడఁగలదు? ఇంతకు నంతఃపుర దాసీజనములోసుందరాంగులను నుండనిచ్చుట నాతప్పేమో! మెహర్ వలనిముప్పుఁ దప్పించుసరికి నాప్రాణములమీఁదికి వచ్చినది. ఇప్పుడీ యనార్కలీని దఱుముటయెట్లులు? కాఠిన్యము వహింతమన్న, మృదుల హృదయయగు సుదతి. వినయవతి. దానియతిలోకసౌందర్యమే మా వాని నాకర్షించినది. ఒక్కొక్కప్పుడు వయసు దప్పిన నాకే దానిం గాంచినప్పుడు మనసు కలఁతపడుచుండును. నడుజవ్వనమందున్న సలీము మతిచలించుట యబ్బురమా! కాని, ఇప్పుడేమికర్తవ్యము? యువయువతీ మణులు గావున వారల కెట్టియడ్డంకియు మనము గూర్పరాదనియూరకున్న, మోహోద్రేకము చేత నాకుమారుఁడు దానిని బహి

రంగముగా నర్థాంగిగా నంగీకరించును. అది పాడిన గీతికలలోని యర్థ మదియే యనియు గోచరించుచున్నది, దానినర్థాంగిగా గ్రహించిన, లోకులు నవ్వుటయట్లుండ, సామంతరాజులు తిరుగఁబడి నా కుమారుని, వానిసంతతిని జుల్కఁజేయుదురు. కావున నెట్లైన వారి పోవడి నాఁపుచేయవలయును. (ఇంచుక యోజించి ప్రచారముచేయుచు, నొకచోనాఁగి) దానిని బలాత్కారముగా నావలికి వెడలఁగొట్టుదునేని, నాసుతుండు కోపించి మునుపటివినయము విడిచి నాపైఁ దిరుగఁబడి తనకోర్కెఁ దీర్చుకొన యత్నించునేమో! అంతటి సాహసముచేయగలఁడా? చేసినను, వారింపఁజాలనా? అట్టులొనర్పక, దాని వెంటఁబడి యెక్కడికేని లేచిపోవునేమో! పోయిన, నాపుత్త్రుఁ వీడినేనొక్కక్షణమైనఁ బ్రాణములునిలుపుకొనఁగలనా? నాముప్పుగడప వాఁడే తెప్పయని యెంచుచుంటిఁగదా! దైవమా! నాకేదిదారి?

చ. కఱకుఁదనంబుఁదాల్చునెడ । గాసిలి పుత్త్రకుఁడెట్టిసాహసా
దరమొనరించునో, యురక । తక్కినఁ జేరికనున్న రాజులే
వెరవున నూహసేయుదురొ । విశ్రుతమౌ మొగలాయివంశమె
ట్లరవరలై నశించునొ య । టంచుఁ గడిందికలంతఁజెందెదన్.

(తలపంకించి) ఏదెట్లైనఁ గానిమ్ము. కులమునకుఁ గలంకము గలుగనీయఁ జనదు. ఆఁడుది, వినయవతి, సుందరియని తలంచరాదు. దాని నయభయములచేఁ గోటవెడలించి యవల నేమిజరగునో చూతునుగాక. అదిగో నాకొడుకువచ్చుచున్నటులున్నది. వానిమది నొవ్వకుండ నొకపనిఁగల్పించి ముందుగవానిని దూరస్థలమునఁ బంపివైచెద.

[సలీము ప్రవేశము,]

సలీ—జనకా! నన్నెందులకు రమ్మంటిరఁట?

అక్బ—(ప్రసన్నవదనముతో) కుమారా! ఒకతొందరపనిమీఁదనిన్ను లాహోరునకుఁ బంపవలసియున్నది. అందులకు రమ్మంటిని.

సలీ—ఏమాతొందరపని?

అక్బ—పంజాబునవాబు మనపైఁ గుట్రలుపన్నుచున్న వాఁడెఁట. నీవు నే నిచ్చు లేఖను గొనిపోయి యాతనికిచ్చి యతనిజాడలు రహస్యముగా నారసిరమ్ము.

సలీ—ఇందులకు నేనే పోవలయునా? మనమంత్రి యబుల్ ఫెజల్ నుగాని, బీర్బలునింగాని పంపినఁ గార్యము నెఱవేఱదా?

అక్బ—పంజాబునవాబు దురభిమాని. మన సామంతరాజులలో గొప్పవాఁడు. మంత్రులను బంపినఁ దన్నుఁ జిన్నపుచ్చితిమని యెంచును. యువరాజే యతనికడకుఁబోవు నెడ నుబ్బిపోవును. తనము స్తంత్రము లెఱుకపడునేమో యని వెఱచివర్తించును. అదిగాకమంత్రుల రాయబారమువలన గోటంబోవుపని గొడ్డంటం దీర్పవలసివచ్చు. కావున నీవే పోవలయును.

సలీ—ఇందాక తమరీసంగతియే చెప్పరైతిరే! ఇప్పుడు హఠంబున నీవార్త తమకెవ్వరు దెచ్చియున్నారు?

అక్బ—(కన్నులెఱ్ఱఁజేసి) ఓహోహో! అడుగువానికిఁ జెప్పువాఁడు లోఁకువయనియా, నన్నుఁ బలువిధములఁ బ్రశ్నించుచుంటివి? నీవు మఱుమాటాడక నాయాజ్ఞఁ జెల్లింపఁబొమ్ము.

సలీ—చిత్తము. రేపుపోఁగూడదా?

అక్బ—ఇప్పుడే పోవలయు. వెంటనేపొమ్ము.

(సలీము తలవంచిపోవును.)

అక్బ—(తనలో) ఇప్పటియువకులకుఁ బెద్దలయాజ్ఞయందు నిరుత్తరాదరము కనఁబడదు. వారి కన్నివిషయములును బోధపడి నచ్చువఱకు వారు వాని ననుసరింపరు. ఎటులో కుమారుని దూరదేశ మంపఁగల్గితిని. ఇఁక ననార్కలీని బంపుటెట్లు? ఆమెను బెదరింతునేని, బేలపడి సాహసమున కొడిఁగట్టవచ్చు

ను. "సాహసంషడ్గుణాశ్చైవ"యని స్త్రీలపట్లఁ జెప్పఁబడును గదా! ఆమె యాత్మహత్యయన్నఁ గొంకదు. బెదరింపకున్న, నొకపట్టున విడిచిపోదు. ఏదోయొక పన్నాగమువన్ని, నచ్చఁ జెప్పి నయసరణినే యామెను వెడలింపవలయును.

[ప్రవేశము:—అనార్కలీతో సోఫియా]

సోఫియా—(సలామొనర్చి) ప్రభూ! ఇదే యనార్కలీ వచ్చినది.

అక్బ—సరే. నీవావలకుఁబొమ్ము. (సోఫియా వెడలిపోవును. అనార్కలీ తలవంచి దీనాననయై నిలుచును.) అనార్కలీ! యింద్రాఁకటి నీచర్య కేమియుత్తర మిత్తువు?

అనా—(పలుకకనిల్చి కన్నులనుండిపొటపొట బాష్పములురాల్చును)

అక్బ—ఊరకవాపోయినఁ బ్రయోజనమేమి? మొదట నంత లెస్సఁగా నాట్యకళాప్రకటన మొనరించినదానవు, పిమ్మట నట్లు తప్పుగాఁ జరించితి వేల?

అనా—ప్రభూ! సర్వమెఱింగియు నన్నేల మరలఁ బ్రశ్నింతురు?

అక్బ—మే మెఱింగినది సరియగునో కాదో తెలిసికొనుటకే నిన్నిట్లు ప్రశ్నించుచుంటిమి.

అనా—మహాప్రతిభావంతులు, పరేంగితజ్ఞాన ధురీణులునగు ప్రభువరుల యూహాలు. సరికాకుండునా?

అక్బ—మాయూహలే సరియైనవగుచో, నీవపరాధిని వేకదా?

అనా—తమ యభిప్రాయప్రకార మపరాధినినే.

అక్బ—మఱి యెవ్వరియభిప్రాయముచే నపరాధినివికావు?

అనా—ఈశ్వరాభిప్రాయముచే నపరాధినింగాను.

అక్బ—ఎట్లు?

అనా—నేను యువరాజు నెడ వహించుప్రేమ నిష్కళంకమై పవిత్రమైయున్నది. నేనాతని నాయేలుగడ యనియెంచి ప్రేమించితిని.

అతని సుఖసంపాదనక్రియయే యీలోకములో నాకర్తవ్యమనియెంచి చరించుచుంటిని. ఈశ్వరాదేశమే నన్నారీతిఁ బ్రేరేచినదని యెంచుకొంటిని. కావున నేనపరాధినిని గానని నమ్ముచున్నాను.

అక్బ—ఇందాఁకటి నాట్యము యువరాజ సుఖసంపాదనార్థమే యొనర్చియుంటివా?

అనా—నిశ్చయముగా నటులే.

అక్బ—నీనాట్య మెట్టులాతనిసుఖమును బెంపొందింపఁగల్గును?

అనా—నానాట్యకళఁ బ్రకటించి తమయొద్ద నొకవరమును బడసి యాతనికి సుఖమును గూర్పయత్నించితిని.

అక్బ—ఆవరమేది? అదియెట్లు వానికి సుఖముంగూర్పఁగలదు ?

అనా—యువరాజహస్తగ్రహణమునకుఁ బ్రభువరుల యనుమతియే నాకోరువరము. తమయొద్ద నట్టియనుమతిఁబొంది నన్ను బహిరంగముగా నర్ధాంగిగా గ్రహించుటకే యువరాజు ప్రయత్నించుచుంటచే, నతని ప్రయత్నసిద్ధిఁ జేకూర్చుటయే తత్సుఖసంపాదన మొనఁగూర్చుటయని భావించితిని.

అక్బ—ఓహో! అదియా! నీయర్ధాంగీత్వ మెంతకాలము నిలుచునని తలఁచితివి?

అనా—అది కాలనియమము లేనిదనియుఁ బ్రళయాంతమువఱకు నిలుచునదియేయనియు నమ్మితిని.

అక్బ—లోకములోఁ గాముకులెందఱు నీవంటి యమాయికల హృదయము లాకర్షించుట లేదు ? ఆకర్షించి యెన్నాళ్లు వానిని హత్తుకొని యుండుచున్నారు? తమయుద్రేకము తీరువఱకే గాదా? ఆవల నాయమాయికస్త్రీల బుద్ధుల మసిఁబూసి వారి

నెడఁబాసి పోవుచున్నారుగదా! నీగతియు నట్టిదేయగునని యెఱుఁగవా?

అనా—నాగతి యెన్నఁడట్టిదిగానేరదు. నానాథుఁడెన్నఁడు నన్ను విడిచి చరింపఁడు. అట్లు చరించునేని, నేనీతనువునే విసర్జించి యతనికన్న మున్న పరలోకమున కేఁగి యతని సమాగమమున కెదురుచూచుచుందును.

అక్బ—నీవు కవులు రచించు కథలయందుఁ గాన్పించు నాదర్శానురాగములమాటఁ జెప్పుచుంటివి కాఁబోలు. అవి యనుభూత క్రియలుగావు.

అనా—ప్రభూ! అనుభూతమో, యననుభూతమో నాకుఁదెలియదు. నాయనురాగలక్షణముమాత్ర మట్టిదేయని విన్నవించుచున్నాను

అక్బ—ఇఁక నీయాదర్శవిషయములు గట్టిపెట్టుము. ముందు జరుగఁ బోవునది వినుము. మాతుచ్ఛవాఁడు యౌవనోద్రిక్తుఁడై నీకుఁ జేసిన వాగ్దానము లెవ్వియుఁ జెల్లింపనేరఁడు.

అనా—నాకుఁ జెల్లింపనక్కఱయే లేదు. నే నట్టివాగ్దానములఁ జేయుఁడనియు వారినిఁ గోరియుండలేదు.

అక్బ—అతఁడు వాగ్దానములు చెల్లింపకున్న, నీముందుదారి యేమగును?

అనా—ఆతనివాగ్దానములు నన్నురాజ్ఞిగాఁ జేయుపట్లనే జరిగినవి. వానిని నేనెన్నఁ డాసింపలేదు. ఆమహామహుని పదదాసీత్వమే నేను గాంక్షించునది. దానికెన్నఁడును భంగమురాదని నానమ్మకము.

అక్బ—అదియుఁ జేకూరదని యెఱుఁగవు. నామరణానంతరమున సలీము చక్రవర్తియగును. అప్పుడు ప్రకృతిజనులు, సామంతరాజులును, బట్టమహిషియగు నంబరరాట్కుమారిని దత్సంతతిని

గౌరవింతురుగాని, నిన్ను గౌరవింపరు. పైఁగా, నిన్ను విడిచిపెట్టవలెనని నిర్బంధింతురు. అతఁడు తప్పక వారిమాటపాటించి నిన్ను విడనాడును.

అనా—అదెట్లు సంభవించును? ప్రకృతివర్గముల దూషణాభూషణములతో నాకుఁ బ్రసక్తియే లేదే! నానాథునకు వేనవేలు దాసీజనులుండరా? వారిలో నేనొకర్తనుగానుండ వీలు లేదా?

అక్బ—వీలుండదు. అదియు వారొప్పరు. రాజు ప్రజాహితవర్తియై యుండకతీఱదు. నీవు హిందువుల చారిత్రకథలు వినియేయుందువు. నాఁడు శ్రీరాముఁడు ప్రజలమాటలఁ బాటించియే కదా సీతామహాసాధ్విని విడిచినాఁడు. నీవన నెంత?

అనా—(యోజనాదృష్టితో) దేవా! అట్లు జరుగునా? తమరు నన్ను భయపెట్టుట కట్లు పల్కువారలా?

అక్బ—చానా! నీపవిత్రప్రణయమున కెంతయు నేను లోపలసంతసించుచుంటిని. కాని, యదియెన్నఁడును సమకూడనేరదు. భావికాలమున నీవు చిక్కులపాలగుదువు. కావున నాయుపదేశమనుసరింపుము.

అనా—(నిట్టూర్పుపుచ్చి) స్వామీ! ఆయుపదేశమేదో సెలవిండు.

అక్బ—నీవు మరల సలీముమొగముచూడక వెంటనే కోటవిడిచి చనుము. నీవు సుఖముగా జీవనమొనరించుటకుఁ దగినధనమును నేనిత్తును. ముందెన్నఁడో ప్రజలచేఁ దఱుమఁబడుటకంటె, నిప్పుడు నీయంత నీవే గౌరవముగా నావలికిఁబోయి సుఖించుట మేలుగాదా?

అనా—సార్వభౌమా! నేనావలికిఁబోయిన సుఖింతునని యా యేలికలయభిప్రాయము? నేను గుసుమగుచ్ఛమువంటిదానను. వీలున్న యువరాజు హృత్కోశమున నలంకరించుచుండెద, లే

కున్న, నెందేనిఁ గృశించి సమసిపోయెద. అంతియేకాని నా సౌందర్య సౌరభము లన్యుల ననుభవింపనీయను.

అక్బ—నీయుక్త మాశయమునకు మెచ్చితి. నీవు నాయుపదేశ మను సరించిపోవుదువేని నీగౌరవము, నాగౌరవము, ముందు సలీ ముగౌరవముకూడ, నిలుచును. నీయట్టి సుశీల నావలన దం డింపఁబడి తరుమఁగొట్టఁబడరాదు. కావున నీవు వెంటనే పొ మ్ము. నీపోకకుఁ గారణముఁమాత్ర మెవ్వరితోఁ జెప్పకుంటయే మేలు.

అనా—అటులైన నాప్రేమప్రవాహము నానాథసముద్రములోఁ గలి యక హతంబునఁ గన్పట్టిన పాతాళకుహరముఁబట్టి పోవల సినదేయగునా?

అక్బ—ఆఁ- పోకతప్పదు. పోకకుమాత్రము హేతు వెవ్వరితోఁ జె ప్పకుమా!

అనా—(నిట్టూర్పువిడిచి)

మ. ధరణీవల్లభ! నాదునిర్గమనమాత్రంబె మనఃకాంతు రా
జ్యరమాసుస్థిరసౌఖ్యసంపదలకున్ సాయంబుగానున్న, నే
నరుగంగొంకను; గాని, స్వామి! యొకపర్యాయంబు మజ్జీవితే
శ్వరపాదాంబుజపూజసేయ నవకాశం బీయ నర్థించెదన్.

అక్బ—ఏమాత్ర మవకాశమును నే నీయఁజాలను. అవకాశ మపా యహేతువని యెఱుంగుము. పొమ్ము. నీ జీవికకు వలయు నంతధనము మేమిత్తుము.

అనా—స్వామీ! నాకాభౌతికధనమేల, నాప్రాణధనమేనాకు దూర మై పోవునపుడు?

గీ. ప్రణయసంపూర్ణకలశంబు ప్రాణధవుఁడు
తత్సుధాభోజనంబె యోదనమునాకు,

దానిమాని యొక్కనిముస । మేనినేను
బ్రాణములఁదాల్ప సాధ్యంబె । పార్థివేంద్ర !

అక్బ—అంతగాఁ బ్రాణధారణమే గావింప లేకుందువేని, నీజీవితేశ్వరునికై భావ్యభివృద్ధికై తత్ప్రాణములఁ ద్యజించుటే యుచితము.

అనా—నేనిందుండి చనిన నిక్కవముగా నాజీవితేశ్వరునకు భావికాలమున శుభపరంపర గల్గునని తమరు దృఢముగాఁ జెప్పఁగలరా ?

అక్బ—ముమ్మాటికిఁ జెప్పఁగలను.

అనా—అట్లయినఁ బోయెదను. తామమాత్రము నామాటలుగా నాహృదయేశ్వరునితో నిట్లు చెప్పవేఁడెదను.

సీ. వెన్నెలదిండిల । భింపక పనవు చ
కోరమై తన చెలి । కూయుననుఁడు
నిజకాంతుఁగానక । నింగిఁదిరుగు చక్ర
వాకియై తనసతి । వనరుననుఁడు
ప్రియువాక్సుధావర్ష । బిందువు లాసించు
చాతకమై సఖి । సాగుననుఁడు
వరుని మానససరో । వరవిహారమరయు
హంసియై తనయింత । యరుగుననుఁడు
గీ. దుర్నిరీక్ష్య తేజస్స్ఫూర్తిఁ । దోఁచు ప్రాణ
ధవదివాకరు మూర్తిని । దరియలేక
దగ్ధపక్షయై యాత్మకాం । తావిహంగి
యెచటనోరాలి కడుఁదవి । యించుననుఁడు.

నాకీక సెలవుదయచేయుఁడు. ఈదీనురాలిదోషములను క్షమింపుఁడు. (అక్బరుపాదములపైఁబడి యేడ్చును.)

అక్బ—(తనలో) అక్కటా! రాజధర్మ మెంతకఠినమైనది! నే నన్యాయముగా నీ సాధ్విని బాధింపవలసివచ్చెఁగదా!

గీ. మేరువువలె నున్నతమయ్యు మిగులఁగర్క
శమగు నాహృదయ మిపుడీ సాధ్విపల్కు
నమృతసన్నిభవాక్య వర్షాంబువులను
దోఁగి హిమవత్స్వరూపమై తోఁచుగాదె?

ఇప్పుడీమె వేఁడినిట్టూర్పులే నాహృదయహిమాచలమును దేలికగాఁ గరఁగింపఁగల్గుచున్నవిగదా! ఎట్టులైననా యచలభావముమాత్రము వీడరాదు. (ప్రకాశముగా) ఓయబలా! ఎందులకేడ్చెదవు! నీహృదయపావిత్ర్య మెఱింగియు నీకే సాహాయ్యమును జేయఁజాలని స్థితియందుంటిమి. నీవిఁకఁ దడయక పొమ్ము. (తానాగది విడిచి చనుచు) మరల రాకుమా! వత్తువేని ప్రాణహాని యగునుజుమా!

అనా—(ఈవలకు వచ్చి గోలుగోలున నేడ్చుచు)

సీ. ఓయి ప్రభంజనా యూరకుందువ దేల
సార్థకతగన న్నణఁపుమయ్య
ఓయశనీ! యిట్టు లొప్పరికింతువా
నాయెడఁదబయలు సందుఁబడుమ
సర్వభక్షక! దోషసహితనాఁ గొంకుదే
నైళంబ నన్మెన వంగరమ్మ!
భూకాంత! నీవక్త్ర మువిప్పి వేగనన్
గడుపునం బెట్టుకోఁ గడఁగుమమ్మ!

గీ. పంచభూతములార! నేఁ బాపచరిత
నైన, నామేను పంచభూతాత్మకంబె
వెనుకఁదీయక దాని మీ రెంటఁగొనుఁడు
పంచికొనుఁడు నాదేహమా ప్యాయ మొప్ప.

తండ్రీ! భగవానుఁడా! నాయట్టి దురదృష్టవంతురాలి నిదివఱకెన్నఁడేని సృష్టించియుంటివా? లేదు. జన్మమాదిగ మరణమువఱకు నొక్కమచ్చునకే యాశాభంగములు, నవమానములును బొంది, కష్టపరంపరలో మునిఁగిపోయి, తుదకాకష్టములలోనే మృతిఁజెందు ప్రాణిని సృజింపలేక యిన్నాళ్లల్లలాడి యిప్పటికిఁ గృతకృత్యుఁడవైతివా! మహాదురదృష్టమునకీభువినిఁ బ్రబలాదర్శము నేనొక్కతెనే యగుదునా?

ప్రభూ! నీవు రాజాధిరాజవై సర్వజగన్నియంత వగుటచే నీదాసదాసీజనులగు ప్రాణులు నీయాజ్ఞకులోపడియుండక తీఱదుగదా! నేనుగూడ నీదాసినే. నేనేవో యపరాధములొనరించియుందును. అందులకు నన్నిట్లు శిక్షించుచున్నావు. శిక్షకూడ నామేలుగోరియేకదా! నీయానతికి వశనై కష్టములెల్ల ననుభవించితి. ఇఁకనాకీ భూలోకకష్టములనుండివిముక్తి దయచేయుము. ఇంకజీవమును ధరించిచరింపలేను.

మ. యమునావాహిని! నన్నులోఁగొనుమ, నీ।వత్యంతకారుణ్యభా
వముతోడన్ బహుజంతుజాతులనుగ।ర్భంబందుఁ బోషింపవా?
తమిన న్గూడఁదదీయ భూతతతితోఁ। దాల్పంగఁ బ్రార్థించెదన్
క్షమపై నింకసహింపఁజాల బహుధా।కష్టప్రకారంబులన్

(ఇంచుకవాపోయి)

ఈనగరమందుఁ గొన్నాళ్లదాఁక నన్ను గ్రాసవాసముల నిచ్చిప్రోచిన ఖానుమాక్ కడకుఁబోయి యతని సెలవుఁగైకొని పిమ్మటఁ బ్రాణత్యాగ మొనర్చికొందునుగాక! (మరలనేడ్చుచు.)

సీ. సేవకురాలని। యేవగింపక నాకు
సామేనుగూర్చిన। సామి! సెలవు
మత్సరభావంబు।మాని నన్గరుణమై
రక్షించుచుండెడు! । రాజ్ఞి! సెలవు

స్వల్పకాలం బేని । స్వర్గసౌఖ్యమొసంగి,
యలరించు హర్మ్యంబు।లార ! సెలవు
తోడునీడయు లేని । తొయ్యలియని యాశ్ర
యంబిచ్చు వృక్షంబు।లార ! సెలవు.

గీ. అన్యకార్య మగ్నమతినై । యఖిపుడుండ
నింపునింపుపల్కుల నల।రించి పోచు
కీరరాజమా ! సెలవీయఁ । గోరుదాన
నాద్దుబుణమెల్లఁ జెల్లె నీ । నాఁటితోడ.

(అని యేడ్చుచు నవలికిఁ బోవును. అక్బరు ప్రవేశించును.)

అక్బ—(తనలో) అబ్బా ! పాప మీయబల మొనర్చు పరిదేవనము విన నాహృదయము వెన్నవలెఁ గరఁగిపోవుచున్నది. ఈమె కిట్టికష్టమును గూర్చి నేను పాపమును గట్టుకోవలసివచ్చెఁ గదా !

మ. ధరణీపాలు రదృష్టవంతులు సమ।స్త శ్రీసుఖానందముల్
నిరతంబొందఁగ నేర్తురంచు జనులే।లీలం బశంసింతురో !
నరకంబే ధ్రువమీనృపాలతతికిన్ । రాజ్యాంత మందంచునే
రరుగాదే ! తలపైఁ గిరీటమిది భా।రంబే గదా యేరికిన్.

[సోఫియా ప్రవేశించును.]

సోఫియా ! నీవనార్కలీని వెన్నాడిచని యామె యెటుపోవుచున్నదో ! యేమిచేయనున్నదో కనిపట్టి నాకెఱింగింపుము. సలీముతో నిపుణముగా మాటాడి వాఁడనార్కలీ వెంటనరుగకుండ నిరుత్సాహపఱుపుము. వాఁడు నాయాజ్ఞ ననుసరించి లాహోరునకుఁ బోయినదియు లేనిదియు నాకుఁ దెలుపుము. పొమ్ము.

సా:—చిత్తము ! మహాప్రభూ ! (వెడలుచుండనలో) ఇఁక నారొట్టె సేతిలోఁ బడినదన్నమాటయే. నేనొక వెలుఁగు వెలిఁగెదను గాక- (పోవును.)

చతుర్థరంగము.

రంగము—యమునానదీతీరము.

[ప్రవేశము అనార్కలీ.]

అనా—ప్రభూ! భగవానుఁడా! నీప్రేరేపణముచే నే నీకిటి బలాత్కారముగా ననువులంబాసి నీసన్నిధికి వచ్చుచున్నాను. భూలోకజీవయాత్రలో నే నొనర్చిన యపచారములకు నన్ను క్షమించి నీరాజ్యప్రవేశమునకు నాకనుమతినీయఁ బ్రార్థించుచున్నాను. తండ్రీ! నాజన్మమునకుఁ బ్రయోజనమేదియు లేకపోయెఁగదాయనిమాత్రము విచారించుచున్నాను. ఏమందువా,

సీ. తగియున్నవరుని నుద్వాహమాడి యుభయ
          కులయశోవ్యాప్తిఁ జేకూర్చినాన ?
హృదయేశ్వరుని దివ్య పదసేవఁగావించి
          పరమసాధ్వియను పే ర్వడసినాన ?
అనురూపగుణులైన తనయులఁగని దేశ
          సేవకై యత్నంబుఁ జేసినాన ?
మనుమలు మన్మరాం డ్రెనసి నన్నుఁగొలువ
          ముద్దుముచ్చటలంది మురిసినాన ?
గీ. కటకటా ! యొక్కపనికైనఁ గడఁగనైతి
అడవిఁగాసిన వెన్నెల యయ్యెబ్రతుకు

స్వాదుఫల పుష్పభరిత భూ । జంబుఁ జేర్చి
తదనుభవ మొందనీక హా । తం బొనర్తె ?

స్వామీ ! నీసంకల్పము నెఱవేఱక తప్పదుగదా ! నీపజ్జ కానందముతో వచ్చుచున్నాను. ఏలయన, నీరాజ్యము నాపుట్టినిల్లు. ఈభువిని నన్నుఁగన్న నాజననీజనకులంటున్నారు. లోకపితరుఁడవగు నీవందున్నావు. పితరులారా !

మ. పదునాఱేఁడులు నిండుదాఁక సకలై । శ్వర్యంబులం దేల్చినన్
బదిలంబొప్పఁగఁ బెంచినా రవలఁ బ్రా । ణాల్ నాకునై వీడినా
రిదె మీ వెంబడివచ్చుచుంటి, నిముసం । బేనిఁక విలంబింప, నా
కెదురైరండు, కవుంగిలిండు కొనిపొం । డీరుండు సద్వాటికిన్.

ప్రాణపతీ ! సలీమ్ !

గీ. స్వర్గధామంబె నీయత్త । వారియిల్లు
అత్తమామ లమరవరు । లైపొనర్తు
భువినొనర్చు కార్యంబులు । ముగిసినంత
నిల్లిటముగాఁగ రావయ్య । యెదురవత్తు.

(తెరలో ఆఁగు మాఁగుము అను ధ్వనివినిపించును.)

(అనార్ కోక బిగియఁగట్టి నదిలోఁ జొచ్చును. రెండుమునకలు వైచి యున్నతఱిని ఖానుమారు పఱుగెత్తివచ్చును.)

ఖాన్—అవే బుడగలు కాన్పించుచున్నవి. ఆమె సాహసమున కొడిగట్టి యిందుఁ జొచ్చియుండఁబోలు. తడయక కాపాడ యత్నింతునుగాక (తానుఁగూడ నందుఁబడి యీఁదుకొని పోయి యనార్కలీనిబట్టుకొని పైకివచ్చును.) దైవకృపవలన నీమె సజీవమైయే యున్నది. సొమ్మసిల్లినది. గట్టునకుఁ గొంపోయి చికిత్సఁజేసి చూతునుగాక (కొనివచ్చి గట్టున నొకతిన్నెపైఁ గూర్చుండి యనార్కలీ క్రుంగిననీటిని బోఁద్రోలుటకై

చికిత్సలం జేయును. అనార్కలీ కించుక చైతన్యము కలుగును). భగవంతుఁడు నాలోనుండి యీమెకుఁ గదలికం గల్గించుచున్నాఁడు. ఇఁక నీమె బ్రిదుకవచ్చును. (అనార్కలీని దన యొడిలోఁ జేర్చుకొని) పరమేశ్వరా! విశుద్ధచరిత్ర, యమాయకురాలు, దీనురాలు, నగు నీవనితకుఁ బ్రాణదానముఁ జేసి కాపాడినందులకు నీకివే నాకృతజ్ఞతావందనములు. ప్రభూ! ఈమె నాకు జనించిన బిడ్డవలెనే నాయింట మెలఁగి నన్నెంతో యలరించినది. అట్టి యీమె గుణంబునకు మెచ్చి యీవఖం డైశ్వర్యము లిచ్చినావని యెఱిఁగి యనిర్వచనీయానంద మొందితినే! అంతలోనే నాయానంద మంతమొనర్చి యీమెకిట్టి కష్టగండ్లఁ గూర్చితివా! ఎన్నియిక్కట్టులు వచ్చినను, బ్రాణదాన మొనర్చితి వింతియఁజాలు. (తలవంచి దేవునికి సలామొనర్చును) అట్టితఱిని జక్రవర్తి మారువేసముతో నచ్చటఁ బ్రవేశించును.

అక్బ—శమాక్! నీయుపకారబుద్ధికి మెచ్చితిమి. నీవీసుశీలను గాపాడినందులకు నీకిదే బహుమాన మిచ్చుచున్నాము. కొనుము. ఈవింక దాస్యవృత్తి వీడి స్వేచ్ఛమై వర్తించుచు సుఖింపుము. (మొహరులుసంచి యిచ్చును.)

ఖా—(మెల్లఁగా ననార్కలీని క్రిందికిదింపి యానందముతో సంచినందికొని) ప్రభూ! కృతార్థుఁడనైతిని. "షుకుర్ హై అల్లా!" (వంగి సలా మొనర్చును. అక్బరు వానిని దీవించి యేఁగును.)

ఖా—దేవా! నీదయ కెంతయుఁ గృతజ్ఞుఁడను. నాబిడ్డకుఁ బ్రాణము లిచ్చుటయే గాక, నా దారిద్ర్యముం బోకార్చి, నాచరమకాలము శ్రమలేకుండ జరుగునట్టు లేర్పాటుచేసితివి. నిశ్చే

తుకజాయమాన కృపయన్న, నిదియే కదా ! స్వామీ ! ఇఁక నీమెకుఁ గూడఁ గాంక్షితార్థము లిచ్చి సంరక్షింపుము. (తన తొడపై ననార్కలీతల మృదులముగ నిడుకొని)

గీ. నల్లనివినీళ్లు తెల్లని । వెల్లఁబాలు
నాఁదలఁచు నమాయకురా ల।నన్యగతిక
స్వచ్ఛచరిత, యీామెను గాచి । భర్తఁగూర్చి
రక్షణ మొనర్చుభారంబు । ప్రభువ ! నీదె !

(సలీమును వెంటఁబెట్టుకొని సోఫియా యచ్చోటికివచ్చి యొకచాటున డాఁగి నిలుచును,భానుమార్ అనార్కలీకి నుపచర్యచేయుచుండును)

సోఫి—ప్రభూ ! నామాటనిజమే కద ? ఎంతచనవులేకున్న, నామె యట్లు నామగనితొడపైఁ బండుకొనునా ? నేను దమతో మనవిఁజేసినట్టు లామె నాభర్తతోఁ జిరకాలముక్రిందనే స్నేహముఁ జేసియున్నది.అదిపై మెఱుంగుల సానియని నాఁడే మనవిఁజేసితిని. తాము నామాట పాటింపరైతిరి. ఇప్పు డేమందురు ? సోఫియామాట లసత్యములని నమ్మక కసరితిరి గదా ?

సలీ—(అచ్చెరువాటుతోఁ గొంతతడవుండి, నిట్టూర్పుపుచ్చి) ఆహా ! ఇంతటికులట యిది యనియెఱుఁగక మోసపోయితిఁగదా ! ఎంతప్రేమ నట్టించెడిది ! ఓసీ ! దుర్మార్గురాలా ! నీవు నిము సము కనఁబడకున్న నెంత తపించితినే ! సిగ్గువిడిచి యెందఱి నడిగితినే! ఎంత జగజంతవే! నిన్నేమి చేసినను బాపములేదే ! (కత్తిదూసి) ఇదే నీకంఠమును ఛేదించెదఁ జూడుము.(ముందున కురుఁకఁబోవును.)

సోఫి—(పట్టుకొని యాఁపి) మహాప్రభూ ! ఇదితగినయదనుగాదు. ఇంకొక్కసమయమందు దానిని శిక్షింపవచ్చును. ముసలివాఁ

జగుటచే నానాథుఁడు కోపగించి త మ్మెదుర్కొనును. దాన నతని కపాయము వాటిల్లును. కావున నాప్రార్థనమాలించి నాభర్తకొఱకైన దానిజోలి కిప్పుడు పోకుండుఁగాక.

నలీ—(కత్తిసేలఁ బాఱవైచి) లోక మెంత కృత్రిమ స్వరూపముగలది!

మ. నగుమొగ మొప్పఁగానఁబడు నారులగర్భములం బరీక్ష స
ల్పఁగ విషవహ్నికీల కనుపట్టకపోవ, దమాయికాత్మనా
నగజెడి కాంతయే పరమనిర్భయవృత్తిఁ జరించు జారనా
రిగ గ్రహియింపఁగా నగును ప్రేమయనంబడునద్ది రిత్తయే.

ఉ. "మీపదదాసిఁ బ్రాణములు మీకయి పుత్తు"నటంచుఁ బల్కు నా
లాపములెల్లఁ బైపయి విలాసములే సమయంబు వచ్చునేన్
బాపము లెన్నియేని సలుప, న్వెనుదీయరు కామినుల్, మహా
పాపమె వారిఁ జేర్చునెడఁ దార్కొను లాభము పూరుషాళికిన్,

మెహరా యునుసు మహాత్వాకాంక్షతో నిండియున్నది. ఇది యెంతో సుశీలయనుకొన్నఁ గేవల కులటాంగననేనైనది. నా యంతవానిఁ జేపట్టియు నిట్టి లీముదుసలితోఁ గూడ నిది యొడిగట్టినదో కదా! వయసున కేమి? స్థితిగతులైన నరయకుండెఁగా? నీచత్వమునకుం గొంకకుండెఁగా?

గీ. వలపుగుర్తి దని యనుభవజ్ఞులనెడు
వాక్కునందలి సత్యంబు ప్రకటమయ్యె
చపల చంచలాది విశేషణపదతతులు
నాఁతికిని గ్రొఁత్తికిని, సార్థనామములగు.

దేవేఁయగు సంబరరాజకుమారికి నాభిజాత్య మధికమగుటచే దురభిమానము మెండుగానుండి నాకుఁ దగినంతసుఖముఁ జేకూర్పకున్నది. సంసార మొకవిషవృక్షమని యార్యులనుపల్కులు నిజంబులు. ఈ

విషవృక్షము నాశ్రయించుటకన్న, విరాగ్నినై మక్కాపోవుట యుక్తమంబని తోచుచున్నది.

సోఫి—ఏలినవారిట్లు తలపోయరాదు. లోకమంతయు గొడ్డువోలేదు. తమ్ము హత్తుకొని యుండు సుందరాంగులు తమకు దొరకక పోరు. తమకింకను లోకానుభవము చాలమిచే వారినెన్నుకొనుటలోఁ బొరపడుచున్నారు. ముందుముందు తమకే తగినవారు తోఁపక పోరు. దయచేయుఁడు. నగరి కేఁగుదము. ఇది కినుకకుఁ దావుగాదు.

సలీ—(వెనుకకుఁజూచుచు మెల్లఁగా నడిచిపోవును.)

(ఖానుమా రనార్కలీవైపే దృష్టినిలిపి యెప్పుడామెకుఁ దెలివి వచ్చునాయని యెదురుచూచుచుండెను.)

ఖాన్—(అనార్కలీ కదలుటఁ గాంచి) అమ్మా! తెలివి వచ్చెనా ?

అనా—(కన్నులుదెఱచి) నాయనా! ఉమార్! నే నిచ్చటి కెట్లు వచ్చితిని ?

ఖాన్—అమ్మా! నీవు సాహసించి యాత్మహత్య గావించుకొనకుండఁ జూచి, నేనే నిన్ను నీటిలోనుండి బయటికిఁ గొనివచ్చితిని.

అనా—అయ్యో! ఎంతపనిఁ జేసితివి ? స్వర్గముం జూఱకొననున్న నన్ను మరల నరకకూపములోఁ బడవైచితివిగా! నన్నుఁ గన్న బిడ్డవలెఁ బెంచిన నీవే నా కిట్టియపకారము చేయవచ్చునా ?

ఖాన్—బిడ్డా! ఇది నీ కపకారమై తోఁచినను, నాకును లోకమునకును నిది మహోపకారకార్యమేయగును. నాయుపకృతికి మెచ్చి మాఱువేసముతో నీప్రాంతముల సంచరించుచక్రవర్తి నా కీమొహరులమూట యిచ్చి యొక్కయూరున నాదారిద్ర్య మెల్లఁ బోకార్చినాఁడు.

అనా—తండ్రీ! నీకు ధనప్రాప్తికలుగుటకు సంతసమే యయ్యెఁగాని, నాకు నిధనప్రాప్తిగల్గిన మఱియు సంతసించియుండుఁగదా నాయాత్మ! దైవమా! నామృతి నీ కిష్టములేనిదయ్యెనా? నే నింకను భూమిపై జీవించియుండి చేయఁదగినకార్యము లెవ్వి గలవు? పడిన పరిభవములు చాలవా? మఱియుం బడవలెనా?

[మరల మారువేషముననున్న యక్బరు ప్రవేశించును]

అక్బ—అనార్కలీ! పతియెడ నీకుఁగల్గు నిర్మలభక్తికి మెచ్చితి. కాని మీసమాగమ మీలోకమున కాఁజాలదు. నీసౌశీల్యమునకు సంతసించి నీకుఁగూడ మొహరులసంచి బహుమానముగా నిచ్చుచున్నాను. పుచ్చుకొనుము. (ఈయఁబోవును.)

అనా—ప్రభూ! నా కీధనముతో సంబంధములేదని యింతకుముందే తమతో మనవిఁజేసికొనియుంటిని. ఇంతధనము నే నొక్కర్తుక నేమిచేసికొందును? దీనిని సద్వినియోగపఱుతురేని, నాయట్టి యనాథలు పలువురు జీవింపఁగల్గుదురే! కావున బీదసాదలకు దీని నుపయోగపఱుపఁ బ్రార్థించెదను.

అక్బ—అనార్కలీ! నీయట్టి సుగుణవతులు భూలోకములో నరుదు. నీకల్యాణగుణములకు భగవంతుఁడు మెచ్చి నీకు భావికాలము నందు శుభము లిచ్చుఁగావుత.

అనా—స్వామీ! నా కీజన్మములో సుఖముసున్న. నే నసువులఁ బాయుదునన్న, భగవంతుఁ డొప్పఁడయ్యె. ఇఁక నాముందుగతి యెటులో తెలియకుండెను.

అక్బ—భగవంతునిపై దృష్టినిలిపి యాతఁడు హృదయమున నుద్బోధించుమార్గము ననుసరింపుము. (తా నేఁగును.)

భాః—బిడ్డా! నీవు నాయింటికే రమ్ము. నీ కేలోటును గల్గకుండఁ గాపాడెద. ని న్నెత్తుకొని కొనిపోయెద, రా.

అనా—నాయనా! నీవు నన్నుఁ గడుపునఁబెట్టుకొని యాదరింతువు. కాని నామదినోగులు దీర్ప నీసాధ్యంబా? నేను బ్రదికి యున్నంతకాల మనుభవింపవలసినదే కదా?

చ. దినదిన మీవియోగజలధింబడి కొట్టుకపోదుఁగాని, నేఁ
గనులను గాంచఁగాఁగలనె? కాంతుమనోహర రూపతీర మే
యనువుననైన? నాయన! దయన్విడనాడుము! యేడకేని పో
దును బతిదివ్యనామ జపధోరిణి మీఱ విరాగవృత్తినై.

కావున నాకు సెలవిమ్ము. సన్యాసినినై యేమతంబేని చేసుకొందును.

[ప్రవేశము—మసీదులో నుండు మవజర.]

మవ—అమ్మా! నీ వేమరమో చేరనేల? నే నుండుమసీదులోనికే రమ్ము. ఏలయిట్లుచూచెదవు? నే నెవ్వఁడనో యెఱుఁగుదువా?

అనా—(గుర్తించి) స్వామీ! నాఁడు నాజనని మృతిఁజెందియున్న సమయమున నన్నాదరించిన మహాత్ములలోఁ దా మొకరు గారా? తమ యనుగ్రహముచేతనే కాదా నాకీ దయాస్వామి పుని యాశ్రయము లభించినది! మరలఁ దమదర్శనము లభించుటచే ధన్యురాలను. (వంగి సలామొనర్చును.)

పూజా—(లేవనెత్తి) అమ్మా! అంతయునిజమే. నీవు గతదుఃఖముల దిగమ్రింగి మామసీదుకడ నుండుము. ప్రతిశుక్రవారమున నచ్చటికి బీదసాదలెందఱో వచ్చుచుందురు. వారికాహారాదులు సమకూర్చి వలయునుపచారములు చేయుచుందుము. ఈశ్వరుఁడు సంఘములోఁ గలఁడందురు. సంఘసేవ యీశ్వరసేవయని యెంచుము. నీవారీతి సేవసేయుదువేని, భగవంతునకు నీయందు దయపుట్టి నిన్ను మరల సుఖినిగాఁ జేయవచ్చును. నావెంటరమ్ము. ఉమార్! ఆమెను విడిచిపెట్టుము. నీవు గోరునది యామెసుఖమే గావున, నీవన్యథాతలంపనక్కఱ

లేదు. తొలుత నీమెను నీకప్పగించినాఁడు, నీతో నేను జెప్పి-
నట్లు, నీగయ్యాళిపెండ్లము నీకు లొంఁగి తిరుగుదినములు వచ్చి
నవి.

అనా—ఉమార్! నాకు సెలవిమ్ము. నే నీమహాత్ము వెంటనరిగెద.

ఖాన్—తల్లీ! నిన్ను భగవంతుఁడు సర్వవిధములఁ గాపాడుఁగాత,
పోయిరమ్ము.

అనా—(మువజన్ వెంటనరుగును.)

చ. పతియనురాగమిట్టిదని । పల్మఱు జ్ఞప్తికిరాఁగ గావిదో
వతులె ధరింతుఁ దత్ప్రణయ । భావ మకృత్రిమమంచుఁ దోఁప మే
నితొడవులూఁత్తు దద్వ్రతము । నిర్వహణం బొనరించుటేయనన్
బతితుల నర్హదానకల । నంబరితృప్తులఁ జేయుచుండెదన్.

(ఇరువురు నిష్క్రమింతురు.)

ఓమ్

అనార్కలీ.

పంచమాంకము.

ప్రథమరంగము.

రంగము:— మసీదుయొక్క ప్రాంగణము.

[ప్రవేశము :—అనార్కలీ పక్కీరమం దాహార పదార్థములుంచుకొని]

అనా—(రకరకముల యాహారపదార్థములఁ దెచ్చి కుంటివాండ్రకు, గుడ్డివాండ్రకు, దిక్కులేని వారికిఁ బంచిపెట్టుచుండును. ఆమె శ్రద్ధాభక్తులకుఁ దద్భిక్షుకజనులు మెచ్చి యఖిలసంపదలిచ్చి భగవంతుఁడు రక్షించుఁగాకయని యామె నాశీర్వదింతురు.)

ఖువ—అమ్మా! చూచితివా! సంఘసేవయం దెంతయానందమున్నదో! ఎందఱు నిన్ను మెచ్చుకొనుచున్నారో! చూడుము.

[ప్రవేశము:—పూజాద్రవ్యములతో మెహర్]

అనా—(మెహర్వంకఁ దేఱిపాఱఁజూచి) సోదరీ! నీవిచ్చటికివచ్చితివేల?

మెహ—అనార్కలీ! నావచ్చుటకుఁ గారణము మాటకేమిగాని, నీవిట్లుంటివేల? ఈసన్యాసినీవేషమేల ధరించితివి ? నన్నువలెనే నిన్నుఁగూడ యువరాజు మోసముఁజేసి విడిచెనా?

అనా—అమ్మా! నన్ను యువరాజెట్టి మోసమును జేయలేదు. నా కర్మఫలమే నన్నిచ్చటికిఁదెచ్చి నాకీ యాకార మేర్పఱిచినది.

మెహ—ఆ వేదాంతవచనముల కేమిగాని, నీ వెందులకు నంతిపురము వీడివచ్చితివో తెలియఁజేయుము.

అనా—అమ్మా! వంచనము, పరాభవము మున్నగునవి ప్రకాశింపఁ జేయఁదగదందురు. కావున, నాయాగమనకారణ మెఱింగింపఁజాల.

మెహ—మిత్రకోటితో వెల్లడింపఁదగనియంశము లే లేవని యెఱుఁగుము.

అనా—(తనలో) ఈమె నా కెట్లు మిత్రురాలగును? ఎట్లు వెల్లడింతును. (అని పై కేమియుఁ బలుకకుండును.)

మెహ—అమ్మా! సంశయింతు వేల? నేను మిత్రవర్గములోఁ జేరుదునా యనియా నీసందేహము?

అనా—(తలవంచిమాటాడకుండును.)

మెహ—అనార్కలీ! నీకిదివఱకుఁ బాపబుద్ధితో నపకారమే యొనర్చియుంటిని. నీహృదయపవిత్రత యెఱుగక నీయెడ నపచారమే చేసితి. నే నవలఁ బశ్చాత్తాపపడుచున్నాను. నన్ను క్షమించి నీమిత్రవర్గములోఁ జేర్చుకొనుము. ఇచ్చటికి నీ వేలవచ్చితివో యెఱింగించి నాయలమటఁ దీర్పుము.

అనా—అమ్మా! అటయిన వినుము. నానాథుఁడు నన్ను బహిరంగముగా నర్థాంగినిగా గ్రహింపవలెనని మిగుల నాత్రపడి, తనకోర్కెయీడేర్చుటకు మార్గమేదేని యున్నదాయని నన్నడిగెను. చక్రవర్తికి సమ్మతముకానప్పుడు నన్ను బహిరంగముగా స్వీకరింపనక్కఱయే లేదనియు, నేనట్టిరాజ్ఞీగౌరవములు నాసించుట లేదనియు నెంతగాఁ జెప్పినను వినఁడయ్యెను.

మెహ—నాకుఁగూడ నట్టిగౌరవమే యిత్తునని పలుమాఱు వాగ్దానమొనర్చియుండెను. అవల నేమి సలహాయిచ్చితివి?

అనా—నాకుఁ జిన్ననాఁట నాతండ్రి యెంతో ప్రీతితో నపూర్వనాట్యకళ నేర్పించియుండెను. చక్రవర్తికి నాట్యకళయన్న నభిమానము మెండని విని యద్దానిఁ బ్రకటించి యతని మెచ్చువడిసి బహిరంగముగా నానాథు కేలువట్టుట కనుమతి వేఁడెదనని చెప్పి యందులకు నాకు సెలవు దయచేయఁగోరితిని.

మెహ—దానికి యువరాజు సమ్మతింపలేదుకాఁబోలు.

అనా—సమ్మతింపకేమి! ఎటులైనఁ దనకోర్కె నెఱవేర్చుకొనుటయే ముఖ్యమని యెంచి నన్ననుమతించినాఁడు.

మెహ—అటులైన నీవు నాట్యప్రదర్శన మొనర్చియుంటివా?

అనా—ఒనర్చితిని.

మెహ—ప్రభుఁడు మెచ్చి వరమిచ్చెనా?

అనా—మెచ్చెను. కాని వరమీయఁబోవుతఱినే, నేను మైమఱచి నాట్యముందప్పి యెదుటఁ గన్పట్టు నాహృదయేశ్వరుని చెంతకేఁగితిని. సార్వభౌమునకు సర్వము నెఱుకపడెను. అతఁడత్యుగ్రుఁడై సభ వీడిపోయెను.

మెహ—(ఆత్రముతో వినుచు) పోయి యేమిచేసినాఁడు?

అనా—తమ మందిరమునకు నన్నురావించి, నావంటి దాసిని సతీమేనాఁటికిని గేల్వట్టఁ జాలఁడనియు, నొకవేళ నతఁడు చాపల్యమునఁ బట్టినను, ప్రజలకోర్కెపై నన్ను విడనాడక తప్పదనియుఁ జెప్పి, నన్నుఁ గోట విడిచిపొమ్మని యాజ్ఞయిచ్చినాఁడు. నేనాతని మాటలను మంత్రాక్షరములచేఁ గట్టువడిన త్రాఁచునైయాయన యాజ్ఞకులోఁబడితిని. (కంటనీరు గ్రుక్కుకొనును)

మెహ—ఎంతపనిఁ జేసితివి? ఎట్లురాఁగల్గితివి?

అనా—

చ. అనునిమిషంబు నాథువదనాబ్జమరందముఁ గ్రోలుచుండునా
కనుఁగవతుమ్మెదల్ బెదరి । కాననమార్గముఁబట్టె, సార్వభౌ
మునివచనప్రహారములఁ । బొల్వజె; యాసవభుక్తిలేక ప్రసొ
క్కిన భ్రమరద్వయంబు వడ । గెంటఁగవచ్చితె సోఁచి కీమణీ!

సుహా—సోదరీ! నిజముగా నీదుస్థితి నాకు జాలియేఁగొల్పుచున్నది ఈజాలిచే నాదుస్థితియే మఱచుచున్నాను.

అనా—ఎవరు జాలిపడి యేమిచేయఁగలరు? నాకర్మగతి నే ననుభవింపక తప్పదు.

సుహా—తప్పదుగాని, నీప్రియుఁడు నిన్వెదకింపక యూరకున్నాఁడా?

అనా—నాప్రియు నాక్షణముందే చక్రవర్తి లాహోరునకుఁ బంపె ననియు, నతఁడింతలో రాఁడనియు సోఫియా చెప్పినది.

మెహ—సోఫియాయే యిన్ని యాటలాడించుచున్నది. అమ్మా! దాని మాయలలోఁబడి నేనుగూడ నీకెన్నియో కష్టములఁ గల్గించితిని. నీనాథుఁడు నీకై యెంతో పరితపించుచునే యుండును జుమా! లాహోరు వెళ్ళియుండడు. నిన్ను వీడి యడుగుదాఁటి పోఁడు.

అనా—(దుఃఖించుచు) అయ్యో! నే నెంతదుష్టురాలను!

గీ. చూపువెన్నెలలఁ బఱిసరిం । చుశుభకీర్తి
సౌమ్యతేజమువహియించు । సాధుమూర్తి
అమృతరసపూర్ణవదనంబు । నందుఘనుని
నాదువిభుచంద్రు నే విడ । నాడియుంటి.

సోదరీ! నీవన్నట్టులు నానాథుఁడు నాకై యెంతగాఁ బరితాపమొందుచుండునో! ఎందెందు వెదకుచుండునో! నన్నేమిగాఁదలచునో?

మెహ—ఇప్పుడైన నేమి, మరల నాతనియొద్దికిఁబోవఁ బ్రయత్నింపుము.

అనా—ఇఁక నెన్నఁడుఁ గోటగుమ్మము ద్రొక్కనని చక్రవర్తికి మాటయిచ్చితినే! ఎట్లు పోవనేర్తును?

మెహ—నీవుపోవుచో నీనాథుఁడు సంతోషజలధిఁ దేలియాడి సుఖింపఁగలఁడు. ఆతనికి సుఖముఁ జేకూర్చుటకు నీవు మాటతప్పినను దప్పవచ్చును.

అనా—తప్పఁబని కొడిఁగట్టి నేను బోవుదునేని, ఆతఁడు నన్నాదరించునని నీవు నమ్మెదవా? తండ్రిమాటల కాతఁడుకూడ నావలెనే లొంగియుండఁడుగదా!

మెహ—అతఁ డెన్నఁటికి నీవిషయమునఁ దండ్రిమాట పాటింపఁడు. నిన్నుఁ దప్పక యాదరించును. జరిగినదంతయు నిజమే యాతనికడఁ జెప్పుము.

అనా—సోదరీ! ఇఁక నీజన్మములో నాకు హృదయేశ్వరుని దర్శనము లభింపదని తలఁచి యమునలోఁబడి ప్రాణములు విడువఁ బూనితిని. అయ్యెడ ఖానుమారు నన్నుఁ జావనీయక బయటికిఁ దీసి కాపాడెను. ఇఁదలి మవజ నప్పు డచ్చటికి వచ్చి నన్నిమసీదులోనికిఁ గొనివచ్చి యాదరించుచుండెను. ఇట్లు నిరాశాహతనైయున్న నేను నీవాక్యామృతరససేచనమున మరల బ్రతికినట్లయితిని. (ఇంచుక దుఃఖించును)

మెహ—అమ్మా! నీవు ఖేదపడక నామాట పాటించి యువరాజుకడకు జనుము. నే నామనోహరాకారు ప్రణయసుఖ మనుభవించుటకు నోఁచకున్నను నీవైన ననుభవించిన నాకాత్మశాంతిగలుగును. నేను నీకొక జాబు వ్రాసియిచ్చెద. దానిని బట్టుకొని కోట యుత్తరపుబురుజుప్రక్క నుండు సొరంగపు దారిని దిన్నఁగా యువరాజుమందిరమున కేఁగుము. ఏఁగి నీవు మాఱుమాటాడక యాజాబాతని కిమ్ము. దానింజదివినంతనే

యతఁడు నీపై నెట్టికినుకయున్నను మాని నిన్నాదరించను. చక్రవర్తితోఁ బోరాడియైన నిన్నుఁ జేపట్టును. నీవు లేకుండు వేని, నన్నే యట్లు గావించియుండును. నేనుజెప్పినదారిని నీవు పోవుదువేని, నిన్నెవ్వరుఁ గనలేరు. అంతేగాక యాదారి తిన్నఁగా సలీముమందిరములోనికే తీసికొనిపోవును. అతఁ డింటనుండుసమయములు నీకే తెలియునుగదా! ఇదే జాబు వ్రాసి యిత్తును. నాకు లేఖినియుఁ బత్త్రమును దెచ్చియిమ్ము.

అనా—(మవజన్ కడకేఁగి కాగితము, కలము, సిరాబుడ్డి తెచ్చి యిచ్చును. మెహర్ జాబువ్రాయుచుండును.) (తనలో) ఈశ్వరా! నీవు నాచే వింతనాటక మాడించుచున్నావే. నన్నంత లోనే దుఃఖసముద్రమునముంచి, యింతలోనే యానందసాక లోఁ దిప్పుచుంటివే!

గీ. కనుచునుండఁగనె హృద యాకాశమందు
కాఱుమబ్బులు గ్రమ్మించి కలఁతపఱుతు
ఉత్తరక్షణముననే మొ యుల్లఁద్రోలి
అచ్చమౌ వెలియెండ గాయంగఁజూతు.

నీచైదములు విపరీతములుగదా!

మెహ—(ఉత్తరముమడచి యనార్కలీచేతికిచ్చి) దీనిని యువరాజునకుమాత్రమే యిమ్ము. ఇతరుల హస్తములో నిది పడఁగూడదుసుమా! పడినచో నాకు, నీకు, యువరాజునకుఁ గూడఁ బ్రాణభంగము గల్గును. ఆరహస్యమార్గమున నిన్నెవ్వరుం జూడనేచాలరు. చూచి వారు నిన్నుఁ బట్టుకొనుట తటస్థించు నేని, నీవు ప్రాణముల్లైన విడుముగాని, జాబు వారిచేతుల నిడకుము. నీకు భగవంతుఁడు తోడ్పడునుగాక. పొమ్ము.

మన—(లోపలినుండివచ్చి) అమ్మా! మీయిరువుర సంభాషణ మా లించుకున్నను. అందలి ప్రధానాంశములను గ్రహింపఁగల్గితిని. తల్లీ! నీవుపోయి నీకడపటి కర్తవ్యము నెఱవేర్చి కృతకృత్యవు గమ్ము.

గీ. సార్వభౌముండుఁ దద్భట । సంఘములును
నిన్ను బంధించి బాధింప । నేర్చుగాక
జీవములతోనె నిన్నుఁ బూ । డ్చెదరుగాక
నీకవిజయంబుఁ జేకుఱు । గాక! సాధ్వి!

అనా—(తలవంచి నిలిచియుండును.)

పూజా—అమ్మా! నీవిఁక నాలోచింపకపొమ్ము. శాశ్వతకీర్తినిఁ గాంచుము.

అనా—ఆర్యా! పోయెదను.

(అని సలామొనర్చి పోవుచు)

చ. పరమకృపా స్వభావ! భగ । వానుఁడ! నీవొనరించునాజ్ఞ మ
చ్చిరమునఁదాల్చి నాపతిని । జేరఁగఁబోవుచునుంటిఁ గ్రిమ్మఱక్
బరిసరమందుఁ బొల్చునెడ । భర్త ననుంగవుఁగింటఁ జేర్చుచున్
బరమసుఖంబునంగనెదు । భాగ్యముఁజేకొనఁ జేయుమీశ్వరా!

(పోవును.)

మెహ—అక్కటా! ఏమికానున్నదో తెలియదు. మహాత్ముఁడగు నీయర్చకుఁడును, సాధ్వియగు నీమెయుఁ బల్కినపల్కులలో నశ్లీలభాషణములు వినఁబడినవి. భగవంతుఁడా! నీయిచ్ఛయే నెఱవేఱుఁగాక!

ద్వితీయరంగము.

రంగము:—ఖానుమారునియిల్లు.

[ప్రవేశము—ఖానుమారు ధనికుని వేషముధరించి- ఒక నౌకరు విసరుచుండును. ఇంకొక నౌకరు కాళ్లుపట్టుచుండును. తాను బంగిరి మంచముపై విలాసముగాఁ బండుకొని హుక్కా పీల్చుచుండును.]

ఖాన్—అరే! పాలు తేరా!

(నౌకరు పాలు తెచ్చి యీయ ఖాన్ త్రాగును.) నాపెండ్లాము మీనాఁడేని యింటికి రావచ్చును. వచ్చునేని, తలుపు తీయకుమా! అయ్యగారు లోపలికి రావలదన్నారని ఖండితముగాఁ జెప్పుము.

నౌక—చిత్తము. బాబూ! (విసరుచుండును.)

(ఇంతలో వీధిలోఁ దలుపుమీఁద గుద్దినట్లు చప్పుడు వినఁబడును.)

నౌక—ఎవరుమీరు? కోన్ హై!

సోఫీ—నే నింటి యజమానురాలిని. నీవెవ్వఁడవు నన్నుఁ బ్రశ్నించుటకు?

ఖాన్—దానిని బొమ్మనుము. (మరల నిద్ర నభినయించుచు.)

నౌక—అమ్మా! నే నీ యయ్యగారికడ నౌకరిని. అయ్యగారు నిద్రపోవుచున్నారు. ఎవ్వరిని లోనికి రానీయవలదని యాజ్ఞయిచ్చినారు.

సోఫీ—(మరల గట్టిగాగుద్ది) ఎవఁడవురానీవు? నాయింటిలోనికి నన్నే రావలదనుచున్నావు? మీయయ్యగారికిని నీకును జెప్పుదెబ్బలు కావలయునాయేమి?

నౌక—అమ్మా! మాటలు మిగులఁ జెప్పవలదు.

సోఫీ—ఏమీ యీ బేఅద్బీ! తలుపు దీయుదువా లేదా? (అని గట్టిగా తలుపుపైఁ దన్నును.)

ఖాన్—అది పిశాచపుముండ. తలుపు విఱుగఁగొట్టునేమో! అది గాక యిరుగుపొరుగువారి యల్లరి యెక్కువయగును. తలుపు తీయుము,

[నౌకరు తలుపుఁదీయ, సోఫియా ప్రవేశించి, నౌకరి నొకతన్ను తన్నును. ఖాన్ గాఢనిద్ర నటించుచు గుఱ్ఱుపెట్టుచుండును.]

సోఫి—ఏమిటీవాలకము? అన్ని కేకలు వేసినను మెలఁకువరాలేదా? (గదిలోని వస్తువులవంకఁజూచి) ఏమి యీషోకు! ఈభోగ మెన్నాళ్ళనుండి? నే నీవారము మాత్రమే యింటికి రాలేదు గదా! ఇంతలోనే అమ్మనాఁడు, అబ్బనాఁడును ఎఱుఁగని యీయైశ్వర్య మెక్కడినుండివచ్చినది? వీరందఱు నెవ్వరు? వీరితోఁగలిసి యే గొప్పవారియింటనైనఁ గన్నము వేసితిరా?

ఖాన్—(జవాబుచెప్పక మఱింతగట్టిగా గుఱ్ఱుపట్టును.)

సోఫి—(తనలో) ఈనడుమఁ జక్రవర్తిగారు నౌకరులలో నెవ్వరికో మొహరులసంచి బహుమానముగా నిచ్చిరని రాణీవాసములో నొక వదంతిపుట్టినది. ఆవదంతి నామగనిఁగూర్చి కాదుగద? కాదనియే నానమ్మకము. ఈమొగానికిట్టి బహుమతికూడనా? అయినను లేపి తెలిసికొందునుగాక. ఎందుకైన మంచిది. వినయము నటింతుఁగాక. (ప్రకాశముగా) నాథా! ఏమాగుఱ్ఱు! రెండుపిల్లులు దెబ్బలాడుచున్నట్లు వినఁబడు చున్నదే! లెండు. సాయంకాలము కావచ్చినది. ఇంకను నిద్రయా? (తట్టి యూపిలేపును.)

ఖాన్—(తుళ్ళిపడిలేచి) ఎవతెవునీవు? నన్నిట్లు తట్టుచున్నావు?

సోఫి—నేను మీయర్ధాంగిని.

ఖాన్—అర్ధాంగివిమాత్రమే యనసేల? నాకుఁ బూర్ణాంగివే. ఇంత కుముందు నాయవయవములన్నియు నీస్వాధీనములోనే యుండెడివిగదా!

శాఫి—ప్రాణకాంతా! ఏల యిట్టిమాటలాడుచున్నారు?

ఖాన్—(కాలుసేతులవైపుచూపి) ఈయవయవములలో నీవు చిటుకఁ గొట్టనివేవైనఁగలవా? నీకెంతహక్కును వానిపైలేకున్న, నీవు వానినంతగాఁ గొట్టఁగలవా? కావున నీవు నాపూర్ణాంగి వంటివి.

సోఫి—హృదయేశ్వరా! ఆపరియాచకముల కేమిగాని, మన కీసోఫాలు, కురిచీలు, పందిరిమంచములు, పట్టుపఱుపులు, మున్నగునవి యెట్లువచ్చినవి? మన దారిద్ర్యమంతయుఁ బోఁగొట్టిన యామహానుభావు లెవ్వరు?

ఖాన్—'మన మన' యని పలుకుచున్నావు. నీకు సోఫాలకు, కురిచీలకు నేనాఁడును లోటు లేదుగదా! దారిద్ర్యమున్నను నాకేగాని, నీ కేనాఁడును లేదుగదా! నాతో నీవుకూడఁ గలుపుకొందు వేమి?

సోఫి—మీదారిద్ర్యము నాదారిద్ర్యముకాదా? అటులే మీ యైశ్వర్యము నా యైశ్వర్యమేకదా?

ఖాన్—నాదారిద్ర్యము నీవెన్నఁడును ననుభవింప లేదు. ఇపుడటులే నాయైశ్వర్యము నీవనుభవింపనక్కఱ లేదు. పొమ్ము.

(మరలఁ బండుకొనును.)

సోఫి—మీతో సుఖదుఃఖములయందు భాగస్థురాల నగుట కేకదా మిమ్ములఁ జేపట్టియుంటిని? మీ రిట్లనుట న్యాయమా?

ఖాన్—క్రొత్తగా నన్ను "మీరు, మీ"రని మీఱఁ బెట్టుచుంటి వేమి?

సోఫి—(ఇంచుక సిగ్గునటించుచు) ఇదివఱకుమాత్రము మిమ్మిట్లు పిలువ లేదా? ఎప్పుడైనఁ జనవుచేత 'నీ' వన్నంతమాత్రమునఁ గోప గించుకోవలెనా? భార్యాభర్తలు పొలయల్కలలో వేయితిట్టు కొందురు. కొట్టుకొందురు. అవన్నియు లెక్కలోనికి వచ్చునా?

ఖాన్—మనపొలయల్కలు విపరీతములైనవి. ఆయల్కలు నీయందే కాని నాయం దెప్పుడును నీవెఱుఁగవుగదా? నీవు పేర్కొన్న తిట్టుకొట్టులుకూడ నీచేత నాకేగాని, నాచేత నీకెన్నఁడును ముట్టలేదుగదా!

సీ. ప్రొద్దున లేచి నీ । మొగముఁగనినఁ గలు
షమటంచుఁ బల్కనే । సైఁపలేదె?
కొలువుఁజేసియలసి । యిలుసేరఁగా నీవు
తలుపుఁదీయకయున్నఁ । దాళలేదె?
ఆఁకలిబాధచే । నల్లాడ నేఁడింట
వంటలేదనఁగ నో । ర్వంగలేదె?
తలుపు బారుగఁదీసి । తరలంగ నడురేల
నొకమాటనక యూర । కుండలేదె?

గీ. అట్టుతినుమంచు వీఁ । పుపైఁ దట్టిపోవ
కుందు పడుచు లోలోననే । కుళ్ళలేదె!
ఇట్టు లీవేమిచేసిన । నేమియన్న
గాడిదకుఁగల్గు నోర్పుతోఁ । గ్రాలలేదె!

సోఫి—నాథా! అవియన్నియు నజ్ఞానముచే నేను జేసినచేష్టలు. నన్ను క్షమించి కైకొన వేఁడుచున్నాను. (మోఁకరించును)

ఖాన్—నేఁటి కజ్ఞానమైనదా? "నీవు నాకు నీతులు చెప్పనక్కఱ లేదు. అట్లైవాగక పొమ్ము" అనిగదా నీవు పలుకుచుందువు? ఇప్పటికి నిన్ను నీ వెఱిఁగితివా?

సో॥—ఎఱిఁగితి. ఇన్నాళ్లు మూఢురాలనై మహర్షి వంటి పతిని నిందించితినని తెలిసికొంటిని. ఇప్పుడు నిజముగాఁ బశ్చాత్తాపపడుచున్నాను.

ఖా॥—నీవు నిజముగాఁ బశ్చాత్తాపపడుదానవేయైనచో నిన్నాళ్లిదాఁక నట్లేయుద్దేశముతో నన్ను ధిక్కరించుచుంటివో యిప్పుడు మరల నన్నేల యాశ్రయింపఁబూనితివో చెప్పుము. యథార్థము వచింతువేని నిన్నేలుకొందును. లేకున్న నిన్నొల్లనని నమ్ముము.

సో॥—(ఏడ్చుచు) నాథా! నేను మహాపాపాత్మురాలనంటిని. అది చాలదా?

ఖా॥—చాలదు. నీదోషకృత్యములు నీచేతనే పలికించి నీకు నిక్కముగ ననుతాప ముదయించెనని తెలిసినయెడల నిన్ను క్షమించెదను.

సో॥—(జవాబు చెప్పక యేడ్చును.)

ఖా॥—నీ వెంతగా నేడ్చినను నాకు జాలికలుగదు. నిజము చెప్పుము.

సో॥—నిజము మీ రెఱింగియు నాచేత నేలపల్కింతురు?

ఖా॥—చేసినపాపము చెప్పినఁ బోవునందురుగదా! చెప్పుము.

సో॥—నన్ను యువరాజు చేపట్టునని భ్రమపడి తిరిగితిని. అతని ప్రాపు నాకుఁ గలదుగదాయని గర్వించిచరించితిని. మీమాట ధిక్కరించితిని. మిమ్ము నొవ్వనాడితిని.

(ఏడ్చును.)

ఖా॥—యువరాజు నీకేమి యొలుకఁ ద్రోసెను?

సో॥—యువరాజు నన్నుఁ గ్రేఁగంటనైనఁ జూడక త్రోసిపుచ్చెను.

ఖా॥—ఇంతవఱకు నిజమే చెప్పితివి. సంతసించితిని. నీవు యువరాజు ప్రాపుగోరి చేసిన ఘోరకార్యము లెవ్వి?

సోఫి—నాథా! నన్నింకను శోధింతురా? ఇఁకనైన నాయందుదయఁ బూనరా? (ఏడ్చును.)

ఖాఁ—నీచే నన్నియుఁ బలికింపఁదలఁచితిని. చెప్పు.

సోఫి—మెహరున్నిసాను యువరాజునకుఁ గూర్చితిని.

ఖాఁ—మఱియేమి చేసితివి?

సోఫి—అమాయికయగు ననార్కలీపై నపనిందలమోపి యొకసాఱి కొరడాదెబ్బలం గొట్టించితిని.

ఖాఁ—ఇంకొకసారి యేమిచేసితివి?

సోఫి—(ఏడ్చుచు) ఇంకొకసారి కోటనుండి వెడలఁగొట్టించితిని.

ఖాఁ—ఇంతయేయగునా? ఆమె కిం కేమికీడు గావించితివి?

సోఫి—(గట్టిగానేడ్చుచు నిలుచును.)

ఖాఁ—(కోపముతో) ఓసిరాక్షసీ! ఇంకేమిచేసితివే! చెప్పు.

(బుజములుపట్టి యూఁపును)

సోఫి—(గద్గదకంఠముతో) ఆమెకు మీకును సంబాధము గల్పించి యువరాజున కామెపైఁ గినుకఁబుట్టించితిని.

ఖాఁ—ఇన్నిపాపకార్యము లొనరించిన నిన్ను ముక్కలుముక్కలు క్రింద నఱుకవలెఁగాని, చేకొనవచ్చునా?

సోఫి—(కాళ్ళపైఁబడి) ప్రాణకాంతా! నన్ను క్షమింపుఁడు. నాపాపములు నన్ను దహించుచున్నవి. క్షమించితినను మీయమృతవచనములు విన్నఁగాని నాతాపము చల్లాఱదు. (ఏడ్చును.)

ఖాఁ—క్షమింతును. నీ విప్పుడేపోయి, యువరాజుతో నీవు చేసిన నేరము తెల్పి మహాసాధ్వియగు ననార్కలీపై నిందఁబాపుము. పొమ్ము. నీ వక్కార్యము చేసివత్తువేని, ని న్నేలుకొందును. చక్రవర్తి నాకిచ్చిన యీయైశ్వర్యమెల్ల నీవనుభవింపవచ్చును. లేకున్న, నీ మొగముచూడను. పొమ్ము. (లోపలికిఁ బోవును)

సాక్షి—(తనలో) అక్కటా! నే నెంతపాపాత్మురాల నైతిని! ఇప్పు డె వెరవున యువరాజుతో మాటాడ నేర్తును! నామాటలు వి న్నంతనే యతఁడు నన్నుఁ దనకత్తికి బలియియ్యఁడా? అతని చేతిలోఁ జచ్చి సాధించుకార్య మేమున్నది? నేను దలఁచిన రీతిగా నీమైశ్వర్యము చక్రవర్తిచే నీయఁబడినదే. యువరాజు ప్రాపెల్లను లభింపదు. భర్తకుఁగల్గిన భాగ్యమైన ననుభవిం పఁజాలకుందు నేని నా బ్రతుకు కుభయభ్రష్టత్వ మునుపరిసన్యాస మన్నట్లగునుగదా! ఏదోయొకదారి కనిపట్టవలయు. (ఆలో చించి) ఇట్లొనర్చెదఁగాక. అంబరరాజకుమారికాళ్ళపట్టకొని యామెతో సర్వము నివేదించి యామెమూధ్యస్థమున యువ రాజున కనార్కలీనిగూర్చిన నిజము తెలియఁజేసెద. పాపమా యనార్కలీ జీవించియున్నదో, లేదో! ఉన్నఁగదా సలీము ప్రాణముల కూరటగల్గుట! లేకున్న మఱింత సంతాపహేతు వగునుగదా! కానిమ్ము. దైవమేగలఁడు. దేవా! నాతప్పులు క్షమించి నన్ను రక్షింపుము. నీదాసురాలను. నన్నుఁ గాపా డుము.

(నిష్క్రమించును.)

తృతీయరంగము.

రంగము—సలీముమందిరము.

[ప్రవేశము—ఆలోచనానిమగ్నుఁడై సలీము.]

సలీము—(తనలో) ఎంతపని జరిగినది! నాయందేలోపమును గనిపట్టి యది యన్యపురుషులం గోరినది? నాకడ నున్నంతకాల మెట్టి యసంతృప్తియుఁ గనఁబఱుపలేదే! విశేషించి న న్నొక్క నిముస మెడఁబాసినఁ దనకీజీవనమే భారమన్నట్లు వర్తించి నదే! (కన్నులు మూసికొని యోజించి) ఎంతగా: జ్ఞప్తికిఁ

దెచ్చుకొన్నను, యామె వర్తనమున నిష్కాపట్యము, నిశ్చలత్వము, నిర్మలత్వమే గోచరించుచున్నదిగాని, యెట్టిదోషమును బొడఁగట్టకున్నదే! అట్టిది నీతిదూరమైనదని యెట్లు నమ్మఁగలను! నమ్మకున్నఁ బ్రత్యక్షముగాఁ గాంచినవాని నేమనుకొందును? ఒకసామాన్యభటుఁడు, తనపై నీసువహించు దానిభర్త, వయసుమీఱినవాఁడు- అట్టివాని యెడలో మై మఱచి యేలపండుకొనును? నాఁడు మా ప్రథమసమాగమ దినమున నానందపారవశ్యమున నాహస్తపంజరమున సోలి వ్రాలియున్నట్టులు, మొన్నవాని యొడిలోఁ బండియున్నది గదా! నాఁటి విస్మృతియే నేఁడును గల్గినదా? లేక దానికి వేఱుకారణమైయుండునా? దాని కేరోగమైన సోఁకలేదుగద? రోగపీడితమై విస్మృతిఁజెందియున్నదానికి వాఁడుపచారము లొనరించుచు నట్టులుండెనేమో! ఎప్పుడు కన్నులు దెఱచునో యెప్పుడు పల్కరింతునో యని చూచుచున్నట్లు వానిదృక్కులు తెలుపుచుండెఁగదా! ఆమె కేదోయాపత్తివచ్చియుండును. ఉమారుకూడ ననార్కలీవలెనే నిష్కపటవర్తనముగల్గి వాఁడని నమ్మియుంటినే! వాఁడు నీతిదప్పి చరించునన్నను, నమ్మటకు వలనుపడదు. కట్టుకొన్న కాంతనే లొంగఁదీసికొనఁజాలనివాఁడు, పరకాంతల కేలయాసపడును? అందులో ననార్కలీ యెట్టిది? తన పోషకుఁడనైన నేను జేపట్టినదే! తాను దల్లియని భావింపఁదగినదే! అట్టిదానిని వాఁడు ధైర్యమువహించి దుర్బుద్ధిమై గ్రహించునన్నను, నమ్మఁదగదుగదా!

నాజనకుఁడు నన్ను లాహోరునకుఁ బ్రయాణముచేసిపొమ్మని నటులే, దానినిగూడ భయపెట్టి కోటనుండి తఱిమివేయలేదుకద! తఱిమివైచియేయుండిన నాయుదంత మేభటునికైన నేదాసికైనఁ దె

లిపియుండదా? చక్రవర్తి ముందుముం దేమిచేయునో యను భయమున ననార్కలీ తనంతఁదానే కోటవిడిచిపోయినటులు సోఫియా స్పష్టముగాఁ జెప్పియున్నదే! దేవి యంబరరాజకుమారియు నట్టియభిప్రాయమే పొందియున్నదే! తన తప్పుడునాట్యమువలనఁ జక్రవర్తికిఁ గోపమేవచ్చియున్నను, దదనంతరకర్తవ్యమును గూర్చి నాతో యోజింపవలెఁగాని, తొందరపడి యిట్లు కోటవిడిచిపోవునా? కంటికి ఱెప్పవలెఁ దన్ను సర్వదా కాచుచున్న దేవితోనైనఁ జెప్పకుండఁ బోయినదే! నాతండ్రి యైంద్రజాలకుల నెవ్వరినేని పురికొల్పి దానినవలికి దాటింపలేదుకద! ఎటులో నాప్రియురాలు, నాభాగ్యదేవత, నావలపులబరణి, నాహృదయేశ్వరి నాకు దూరమై నన్నీచింతాసాగరమున ముంచివైచినది.

శా. ఆకర్ణాంతములై-మనోహరములై । నానేత్రయుగ్మంపు సొం
పాకాదంబినిఁ గేలిసేయు కురులా । యాదర్శముంబోలి-యా
లోకార్హంబగు నాకపోలయుగముల్ । లోపంబులైపోయెనే
నాకల్యాణిని గాంచు భాగ్య మిఁక లభ్యంబౌనె యీభూమిపై?

(ఎదుటగోడనున్న యనార్కలీపటముఁ దీసి) అయ్యో! సఖీ! సొగసులపేటీ! నన్ను విడిచిపోయితివా? ఇఁక నీముద్దుమోము నీపటమునందు మాత్రమే చూచుకొని యానంద మొందవలయునా? నాకన్నులకఱవు దీఱ దానిని నాయెదుటఁ గాంచుభాగ్యము నాకిఁక లభింపదా? నాగవల్లీదళముంబోలిన మృదుత్వముకలదగు నీచేతిలో నాచేయి గలిపి యారామప్రచారముచేయు నదృష్టము నాకిఁక నబ్బదుకదా! కోకిలాలాపముం దిరస్కరించు నీకంఠస్వనము మరల విననోఁచుకొననైతినిగా! అంచలబెడంగునడంచు నీయొయ్యారంపుగమనం బిఁకఁ గనఁజాలఁగదా!

సీ. కలికి! నీచెలువంబు । గాంచనోఁచఁగలేని
యీకన్నుల కలిమి । యేలనాకు?
కాంత! నీమేని సు।గంధంబు గనలేని
యీఘ్రాణములభాగ్య । మేల నాకు?
అతివ! నీమృదుల వా।క్యంబులు వినలేని
యీశ్రోత్రముల సిరి । యేలనాకు?
సుదతి! నీవాతెర । సుధలఁ గ్రోలఁగలేని
యీరసనేంద్రియం । బేలనాకు?
గీ. పువ్వుఁబోఁడి! నీపరిరంభ।ముం బడయని
నాతనువువలని ప్రయోజ।నం బదేల?
ఇంతి! సర్వాంగసుందరి । వీవు, నీదు
చెలిమి కల్మి యీలేకికిఁ గలుగునెట్లు?

ఉ. చిత్తరుబొమ్మయేయయిన । జీవముపొందిన దానిపోల్కెఁ ద
ళ్కొత్తెడు మందహాసమది।గో!, చిఱుగాలికిఁబోలు మేల్మి సుం
గొత్తిగిలెన్ రవంత; కడు । నొప్పెడుఁ జాపట గీటుఁగాతిపై
హత్తెడు స్వర్ణరేఖయన । హా! సకియా! నిను వీడనేర్తునే?

(పటము కౌఁగిలించుకొనును.)

(ఇంచుకసేపాఁగి, చిత్రప్రతిమ యవలఁబెట్టి, చూపుమార్చి లేచి) తన్నింతగా నేను బ్రేమించువాఁడనని యెఱింగియుఁ దనకై నాసర్వస్వమర్పింప నున్నానని తెలిసియుఁ, దననిర్గమనకారణమించుకైన నాకు నివేదింపక యేఁగిన చపలచిత్త నీతిసహితమైన నేమి, నీతిరహితమైన నేమి? నాయెడమాత్రము మహాద్రోహమే యొనరించినదగునుగదా! అట్టిదానికై నేను బరితపించిన లాభమేమున్నది! పగిలిన కుండపెంచికలను నతుకయత్నించినట్లు, నన్నువీడి యరిగినప్రియురాలిని మరలఁ జేర్చుకొనఁబూనుట హాస్యాస్పదముగాదా! దేహీ కీవియోగసంయో

గములకు ద్వంద్వములు ప్రాయికముగాఁ గల్గునవే! వానికై దురపిల్లుట యవివేకము. అనార్కలీవలెనే నేనును జపలచిత్తుఁడనగుటచే నెడనెడ నామనస్సు ప్రతిమఁజూచి చలింపవచ్చును. కావున దీనిరూపు మాపెదను గాక (ఆబొమ్మను రెండుముక్కలక్రిందఁ జించివేయును.)

గీ. భామ! నీసుందరరూప । పటము వెడల
నడఁతు నాదు బాహ్యాంతర । నయనయుగికి
దూరమై నిల్చునట్లు; నీ।తోడిపొందు
దుఃఖహేతువే యని నాకుఁ । దోఁచియుంటి.

[వెరపుచూపులతో ననార్కలీ యందుఁ బ్రవేశించును. వెనుకనుండి భటులు గనిపట్టుచుందురు. సలీము తాను జించిన ముక్కల నింకను జిన్నముక్కలగాఁ జేయుచు) చీ! ద్రోహినీ! ఇఁక నాతలఁపునకు రాకుము. పొమ్ము. (ఆముక్కల నొక్కగంపలో వైచును.)

అనా—ఆహా! నాజీవితనిశినేలు నిండుచందురుని మరలఁ జూడఁ గల్గితినిగదా! (కన్నులారఁజూచి) అక్కటా! అది నాప్రతిమయే కాఁబోలు, నాథుఁడట్లుచించి పాఱవైచుచున్నాఁడు. (వెనుక నెవ్వరోనిల్చినట్టు లనుమానముదోఁప వెనుకకుఁజూచి) నారాక యెవ్వరేని కనిపట్టిరా? అదిగో! ఎవ్వఁడో వడిగఁ బోవుచున్నాఁడు. ఎందులకోగదా ? (ఆలోచనలో మునియున్న సలీమువంకఁదిరిగి) ఇట్లు నావిరహమునకై తపించు హృదయేశ్వరు నెదుటికెట్లు పోవనేర్తును ? పోవకతీఱదు గదా ! పోయి నాయపరాధముల నివేదింతునుగాక (మెల్లఁగా నెదుటికిఁ జని దీనాననయై నిలుచును. కొంతతడవు సలీముమాడకయే యుండును. ఆవలఁ జూచి నివ్వెఱపడును. అనార్కలీకి దుఃఖమాఁగక కెవ్వున నేడ్చును,)

సలీ—ఓసి కూళ! మగనిఁగొట్టి మోసాలకుఁబోయి మొఱపెట్టినదాని వలె నన్నుఁ గికురించి పోయి యుపభర్తతోఁ గొన్నాళ్లు కాఁపురముచేసి మరలి వచ్చితివా! ఓసికులటా! ఈయేడుపెందులకే? నీబుడిబుడియేడ్పులుచూచి జాలిపడుదు ననుకొంటివా? పొమ్ము. నాయెదుటికిరాకుము. ఇప్పుడే నీపటముకూడ నా కన్నులు కుట్టకుండునట్లు చించిపాఱవైచితి.

అనా—(భర్తకాళ్ళపైఁబడి) నాథా! నేనపరాధినిని. నన్నుక్షమించి నామనవియాలింపవేఁడుచున్నాను. (ఏడ్చును.)

సలీ—అపరాధిని నని నీవే యొప్పుకొనుచున్నావుగదా! ఇఁకమనవులెందులకు? పొమ్ము. ఉచ్చనీచముల వివక్షనీకులేకపోవచ్చును. నాకుమాత్రము గలదని యెఱుంగుము, పొమ్ము.

అనా—ప్రాణేశ్వరా! తమ ముదలఁ గైకొననిదే నేను కోట విడచిపోవుటలో నపరాధిని నంటినిగాని, తాము వచించిన యుపభర్తల యుదంతమేదో నేనెఱుఁగను. నాజీవితమున కేలినవారేభర్తలు. నేనన్యలోకమందైన నన్యపురుషుఁగోరనని దేవరకుఁ దెలియదా?

సలీ—అట్లైన, నీవిందేఁగితివి?

అనా—మొదట ఖానుమారు నింటికేఁగితిని.

సలీ—ఏలపోయితివి?

అనా—చక్రవర్తి నన్నికోట విడిచిపొమ్మని యాజ్ఞయిచ్చి యుంటచే.

సలీ—నాతో నేలచెప్పకపోయితివి?

అనా—వారు తమతోఁగూడఁ బలుకవలదనిశాసించిరి. తమదర్శనము మరల నాకుఁగాకుండు కట్టుదిట్టములు చేయించిరి.

సలీ—నాతండ్రి నిన్నుఁ బొమ్మని నంతమాత్రమున నీవుపోయి యుమారునాశ్రయించి యతని హస్తపంజరమున వ్రాలి యానం

డింతువా? యువరాజంతటివాఁడు చేపట్టినకాంతనే, నేనటు లీముసలిబంటు నంట నేర్తునని యైన శంక గలుగకపోయెనా?

అనా—అయ్యో! ప్రాణపతీ! అదియొకతప్పుగాఁ దమకెవ్వరేని నివేదించిరా?

సలీ—ఒకరు నివేదింపనేల? నేనే యీకన్నులతోఁ గాంచితిని. ముంజేతికంకణమున కద్దమేల?

అనా—ప్రభూ! నేనీకష్టముల భరింపలేక యమునలోఁబడియుండఁ నన్నాయుమారు పైకిఁ దీసి తనయొడిలోఁ బండుకొనఁబెట్టుకొని చికిత్సఁజేసి కాపాడినాఁడు. అతఁడు నాతండ్రియనియు, నేనాతని పుత్త్రికననియుఁ బరస్పరమెంచి వర్తించితిమిగాని, మఱియొక్కవిధముగాదు. నేనట్టిమూర్ఛావస్థలోనుండఁ దాము నన్నుఁ గాంచుట తటస్థించెనేమో! లేక, యెవ్వరో సూచకజనులు తమదయ సంపాదించుటకై నేనట్టి యవస్థలో నుండఁ దమకుఁ జూపి కృతకృత్యులై యుండిరో!

సలీ—(తనలో) ఇదంతయు నిజమేకావచ్చును. సోఫియాయే యీమెపై నట్టినిందమోపి దానిని రుజువుచేయుట కట్లు నిన్నుఁగొనిపోయి చూపినదేమో! (ప్రకాశముగా) నీమాటలే నిజమనుకొందము. కాని,

అనా—నిజమగునా కాదా యని యేలికలు శంకింపనక్కఱలేదు. సార్వభౌములే నాకు సాక్షులు. నాకుఁ దమయెడఁ గల్గు నకలంకభక్తికి వారు మెచ్చి నాకు గొప్ప బహుమానమీయఁబోయిరి. నేను నిరాకరించితిని. ఖానుమారు నన్నారీతిఁ గాపాడినందులకు వానికి గొప్పపారితోషికమిచ్చిరి. అంతకన్నఁ దమకుఁ బ్రబల సాక్ష్యముకావలెనా?

సలీ—(తనలో) ఇదంతయు నిజమనియే తోఁచుచున్నది. కాని యిం
కను బరీక్షించినఁగాని నమ్మఁజాలను. (ప్రకాశముగా) సరి
యే. ఆవల నెందేఁగితివి? ఇప్పుడిచ్చటి కేలవచ్చితివి?

అనా—అవల నేనీయూరిచివరనుండు మసీదునకుఁబోయి యందున్న
మవజ్ఞా కడనుంటిని. అతఁడాగతానాగతవేది, మహావిద్వాం
సుఁడు, మహర్షి, నన్నుఁగన్నకూఁతువలెఁ గాపాడుచున్నాఁ
డు. అతని సెలవుప్రకారము నేను సంఘసేవఁజేయుచుండఁగా
నచ్చటికి మొహరు వచ్చినది. నాయుదంతమెల్ల విని జాలికలి
యీయుత్తరము తమకీయ నన్నుఁబొమ్మని యుపదేశమిచ్చి
పంపినది.

సలీ—నాతండ్రియాజ్ఞపైఁ బోయితివిగదా, యిప్పుడు మరల వచ్చి
న నీకుఁ బ్రాణహానిగాదా?

అనా—దేవరకీయుత్తరముఁ జూపి, నేను దమసన్నిధిని మరలనుండు
నేని తమకు సౌఖ్యానందములు చేకూఱఁగలవని మొహరు
చెప్పుటచే వచ్చితిని. తమకు సౌఖ్యానందములఁ జేకూర్చుట
కన్న నాకన్యకర్తవ్యములేదుగద! ప్రభూ! తమసేవలో నాకుఁ
బ్రాణహాని వచ్చినను, నేను సహింతును. ఆనందింతును.
(ఎవరో వచ్చుచున్నట్లు చప్పుడగును. అనార్కలీ వెనుకకుఁ
జూచును.)

సలీ—ఏదా యుత్తరము?

అనా—(వినయముతో సలీముచేతికిచ్చును. సలీము విప్పి చదువమొ
దలు పెట్టుసరికే చక్రవర్తియు భటులును లోనఁ బ్రవేశింతు
రు. సలీము నివ్వెరపడి నిలుచును.)

చక్రి—ఓసి యసత్యవాదినీ! మరల నాకోటలోని కేలవచ్చితివి?
రానని వాగ్దానముచేసితివిఁగదా? ఇచటికిఁ గ్రమ్మఱవత్తు

వేని నీప్రాణములఁ దీయుదునంటిఁగదా! ప్రాణములపై నాసవీడియే వచ్చితివా ?

అనా—ప్రభూ ! నాఁడుతమతో నానాథునికి సుఖముఁ జేకూర్చుటకై నాప్రాణములైన విడువనిచ్చగింతునని మనవి చేసియేయుంటిని. ఇప్పుడు నాప్రియునికి సుఖానందములు గూర్చుటకే తమయాజ్ఞ మీరఁజేవచ్చితిని. ఇందునాప్రాణములు పోయినను నాకు సంతోషమే.

చక్ర—(కొడుకువంకఁదిరిగి) ఓరీ! రూపవతి, గుణవతి, శీలవతియగు నిల్లాలుండఁగా నీకీపరస్త్రీ కాంక్ష యేలరా? నిన్ను లాహోరు వెళ్లుమని యాజ్ఞయీయఁగా నీవేల వెడలవైతివి ? అచ్చమగు కులమునకు మచ్చదేనుంటివిరా ?

సలీ—(తలవంచి నిలుచును. జాబతనిచేతినుండి యప్రయత్నముగా నేలరాలును)

చక్ర—(లెస్సఁగాఁబరికించి) ఆజా బెవ్వరువ్రాసిరి ? అందేమిఁగలదు?

సలీ—నేనింకను జదువలేదు. ఇప్పుడే యనార్కలీయిచ్చినది. (తలవంచి నిలుచును.)

చక్ర—(అనార్కలీవంకఁ దిరిగి) ఆజా బెవ్వరువ్రాసిరి? అందలి యంశము లెట్టివి ?

అనా—ప్రభూ ! ఆలేఖలోని యంశములు ప్రకాశింపఁ జేయవలనుపడదు.

చక్ర—(కోపముతో) నీవుప్రకాశింపఁ జేయకున్న మేమేఁచూతుముగాక. (భటునితో) ఓరీ ! ఆలేఖ నిటుఁదెమ్ము.

అనా—(చప్పున నేలపైనున్న లేఖఁదీసి నోటవైచికొని నమలిమ్రింగును.)

చక్ర—(అత్యంతరౌద్రముతో) ఓసి సాహసికురాలా! ఎంతపనిఁజేయుచుంటివే! నాఁటి వినయమెల్ల నేమాయెనే! నీవాజాబులోని యంశములెఱిఁగింతువా, లేదా?

అనా—ఎఱిఁగింపఁజాలను.

చక్ర—ఎఱిఁగింతువేని, నీవునాయాజ్ఞమీఱి కోటలోనికి వచ్చినదోషమునుమన్నింతును. ఎఱిఁగింప కుందువేని, నిన్నొకజాములో శిరః ఖండనముఁ జేయింతును. నీవురెంటిలో నేదికోరుకొందువు?

అనా—ప్రభువరు లేమిచేసినను సరే, నేను జాబులోని యంశములు వెల్లడింపఁ జాలను.

చక్ర—ఓరీ! భటులారా! ఈద్రోహినిని గొంపోయి కారాగారమందుంపుఁడు. ఒక జాముతాళుఁడు. ఈలోపున లేఖాంశములఁ బ్రకటించునేని మాకడకుఁగొని తెండు. లేకున్న, శిరఃఖండన మొనరింపుఁడు. పొండు.

(సలీ మనార్కలీవంక దయాదృక్కులంజూచును. అనార్కలీ దీనదృష్టులం బతివైపుచూచును.)

అనా—ప్రాణకాంతా! నాకుసెలవు దయచేయుఁడు. తమసుఖసంపాదనమే ప్రధానకర్తవ్యముగ నెంచునేను దమకొకయాపత్తు గల్గింపరాదు. నేనాయుత్తరములోని యంశములు దేవరమేలుగోరియే వెల్లడింపకుంటిని. ఇప్పుడు దేవరమేలుగోరియే ప్రాణములవీడనుంటిని. ఈజీవితకాలములో మరలఁదమసందర్శనము కాదని నిరాశవహించియున్న నాకు, భగవంతుని కృపచే నాకన్నులలరఁ దమదర్శనభాగ్యము లభించినది. తమకై నాయసువులర్పించు మహాదృష్టమును గల్గినది. ఇంకనాకేమి గావలయును? తమకివే నాకడపటిసలాములు. (భటులు చేతులు

కట్టి కొనిపోవఁ బతివంక వెనుకచూపులు చూచుచు దీనావ
నమై చనును.)

చక్ర—(తలయూచి) ఏమిజరుగునో చూతముగాక! కుమారా! నీవు
నాయాజ్ఞోల్లంఘనము గావించి లాహోరు వెడలనందులకు
నాకనిర్వచనీయ సంతాపము కల్గినదని నమ్ముము. నాకాలము
చెల్లినది. నేనింక నెంతకాలమో బ్రతుకను. నీభావ్యున్నతి
యే నాయాశయము. అది నెఱవేఱునని నాకుఁదోఁచకున్నది.
కానిమ్ము. నీవింక నీకులటనుగూర్చి తలంపవలదు.

(నిష్క్రమించును.)

చతుర్థరంగము.

రంగము—అంబరరాజకుమారి భవనము.

ప్రవేశము—అంబరరాజకుమారి, సోఫియా.

అంబ—ఎంతపనిచేసితివే, సోఫియా? మహాపతివ్రతాశిఖామణిపై
నెట్టి యపనిందవైచితివే! మెహర్ సపత్నీ మాత్సర్యముచేఁ
నా మెకన్ని బాములుకల్గించినదనిన నమ్మవచ్చును. నీవేమిహే
తువుచే నామెను బీడించుచుంటివే?

సోఫి—అమ్మా! మహాపాపాత్మురాలనగు నేనుగూడ నట్టిమాత్సర్యమే
వహించి యామెను బీడించితిని.

అంబ—అటులైన నానాథుఁడు నిన్నుఁగూడఁ జేపట్టియుండెనా?

సోఫి—అమ్మా, లేదు. దుష్టురాలనగు నేను యువరాజుగారిని లోఁ
గొనుటకుఁ బెక్కుజతనములం జల్పితిని. అన్నియు వ్యర్థము
లైనవి. వారునావంకఁ జూచుటమైనఁ గలుగకుండెను.

అంబ—ఓసి పాపాత్మురాలా! దక్షిణనాయకుఁడగు నంతమాత్ర
మున నాహృదయేశ్వరుఁడు యుక్తాయుక్త విచక్షణత లేనివాఁ

డనుకొంటివా ? నీయం దేవిశేషముగలదని నిన్ను యువరాజు వలచుననుకొంటివే ?

సోఫి—అమ్మా ! అంతకును నాయవివేకమును గర్వమేకారణములు. తల్లీ ! మొదట నయ్యగారికిని మెహరునకును సంధానము గావించిన కలుషాత్మురాలను నేనేసుండీ ! ఆకీతిని జమకుం గూడ ద్రోహముంజేసిన ఘోరపాపినిని.

అంబ—మెహరునుగూర్చి యంతగాం బాటుపడినదానవు, అన్నార్కలీ నటుల నిడుములం బెట్టితివేమి ! ఆమె నీకుగావించు నన్యాయమేమి ?

సోఫి—అమ్మా ! దుష్టత్వమునకుం బరిమితియేమున్నది ! తేలోకమును గుట్టుటకుం గారణముండునా ? ఆమె నాభర్త నాశ్రయించి జీవించుచున్నదిగదా, అట్టి నాదాసికే యంతయుచ్ఛస్థితిరావ లెనా యనునీర్ష్యచే నట్లు గావించితిని. దేవీ ! నేనొనరించిన దోషములు కొండలపిండువలె నున్నవి. వానినెంతగాం జెప్పి నను దఱుగవు. పశ్చాత్తాపముచే నాహృదయము భగ్నభగ్నమై మండిపోవుచున్నవి. (ఏడ్చును.)

అంబ—ఇప్పుడేడ్చి యేమిచేసెదవు ? అనార్కలీ పూర్వజన్మమున నిన్ను బాధించియుండును. నీవీజన్మమున నామెనట్లు మరలం బీడనమొనరించితివి. క్రియకుం బ్రతిక్రియయే యీశ్వరుండు చేయించుచుండునుగదా?ఇందు నిన్నేమన్నం బ్రయోజనమేమి? ఆమెకర్మమే యామెకట్టి కష్టములం గూర్చినది. ఇంకనైననామె కష్టసముద్రమునుండి గట్టునకు రాంగల్గునేని ధన్యురాలే.

సోఫి—అమ్మా ! తమరు నాదోషకృత్యములన్నియు నయ్యగారితో మనవిచేసితిరా ?

అంబ—అన్నియుం జెప్పితిని. నీభర్తమంచితనము, నీపశ్చాత్తాపము, సర్వము నివేదించితిని. హృదయేశ్వరుండా వృత్తాంతము విన్న

తోడనే వేషముమార్చుకొని మొగమునకు ముసుఁగువైచుకొని యాయుధధారియై యనార్కలీని గాపాడుటకై పరుగుపరుగునఁ బోయియుండెను.

సోఫి—అయ్యగారు తలపెట్టినకార్యము నెఱవేర్పుమని యల్లాను వేఁడుచున్నాను తల్లీ! ఆయనజయముఁ గాంచివచ్చునేని, రేపు మొహరమ్ పండుగకు నూఱువరహాలు వ్యయపఱిచి యుత్సవముఁ జేయింతును.

అంబ—ప్రచ్ఛన్నవేషమేల యథారూపముతోనే పోవుట యొప్పని నాకాంతునితో మనవిఁజేసికొంటిని. ఆయన నామాటవినక యారీతి నేఁగెను. సురక్షితముగ నగరుఁజేరినఁగదా నాకును శాంతిగల్గుట! మామగారేకఠినశాసనమిత్తురో, మనోనాయకుఁడెట్టియిడుముల పాలగునోయని నామనంబును దల్లడిల్లుచునే యున్నదిసుమా! ఇంకను బూతచరితయగు ననార్కలీ రక్షింపఁ బడునేని కష్టములెవ్వియుఁ గాన్పింపవు.

(తొందరపాటుతో సలీమనార్కలీలు ప్రవేశింతురు. అనార్కలీ మూర్ఛలోనుండును.)

సలీము—(ముసుంగుదీసి వగర్చుచు) దేవీ! ఎంతోకష్టపడి యీమెను విడిపింపఁ గల్గితిని. నీకోర్కెఁదీర్పఁజాలియుంటిని. (భార్య బుజముపైఁ జెయివైచును.)

అంబ—(భర్త్రవేళ్లనుండి రక్తబిందువులుస్రవించి తనరైకతడియుటచే) నాథా! ఈనెత్తురేలవచ్చెను? (లెస్సఁగాఁ బరికించి) ఒడలి నెన్నియో గాయము లేర్పడినవే! పోరాటజరిగెనా?

సలీ—తీవ్రమైన పోరాటజరిగెను. తలారులలోఁ బెక్కండ్రను జంపితిని. కొందఱిని గాయపఱిచితిని. ప్రియురాలి శిరస్సు ఛేదింపనున్న తరుణముననే నేనుబోయియుంటి. మరల నీమెను బడ

యఁగల్గితిని. తలవరి కత్తియెత్తుటకుముందే సగముప్రాణము లువిడిచియున్న యీమె మాపోరాటఁగాంచి, తనకన్నుల యెదుటనే నారక్తము స్రవించుట చూచియు, మూర్ఛపోయి నది. అట్టిస్థితిలోనున్న నేనిమెను వేగయిచ్చటకిఁ గొనివచ్చితిని.

అంబ—మేమిరువుర మీమె కుపచారమును జేయుచుందుము. తా ముదుస్తులు మార్చుకొనుఁడు. (సేవఁజేయుచుందురు. సలీము లోనికేఁగును)

సోఫి—అమ్మా! ఇంతయాపదకుమూలము నేనుగదాయని కుందుచు న్నాను (అనియేడ్చును.)

అంబ—ఇంక నేడ్చిచేయునది లేదు. పశ్చాత్తాపపడితివిగదా. అదియే చాలును. ఊరడిల్లుము.

అనా—(మెలఁకువవచ్చి కన్నులు తెఱచును) అమ్మా; నానాథుఁ డేఁడి?

అంబ—సోదరీ! వారిప్పుడిప్పుడే వత్తురు. నీవెట్లుంటివి?

అనా—అమ్మా! నాకు నెమ్మదిగానేయున్నది. తల్లీ! నానాథునిం జూ పరా?

సోఫి—(అనార్కలీపాదములపైఁబడి) అమ్మా! నీయెడ నేనుమహా పరాధినినైతిని జుమీ! నన్నుక్షమింపవేఁడుచున్నాను. నీనా థుఁడు దుస్తులుమార్చుకొనుటకు లోనికేఁగెను- ఇప్పుడే వచ్చును.

అనా—అమ్మా! నీవేమపరాధమొనర్చితివి? నాకర్మమునన్ను సిలుఁ గులంబెట్టుచున్నది. ఆకర్మమే మీచేత నాకుఁగీడు చేయిం చినదిగావున, మీరేమియు నుత్తరవాదులుగారు.

సలీ—(ప్రవేశించి యనార్కలీకిఁ దెలివివచ్చినదని యెఱిఁగి) అనార్! తెలివివచ్చెనా? మన మిచ్చట నిలువఁదగదు. భటులుపోయి

మాతండ్రిగారితో నెవ్వఁడో ముసుఁగుమానిసి వచ్చి నిన్నుపిడిపించుకొనిపోయెనని చెప్పుదురు. వా రామానిసిని బట్టుకొనుటకై తిరుగుచుందురు. నీ విచ్చటఁ గనఁబడుదువేని మోసము వాటిల్లక మానదు. మన మేకాననికడనో కొన్నాళ్ళు దాఁగియుందమురమ్ము. మనకొఱకుఁ బాశిద్వారముదగ్గఱ రెండు గుఱ్ఱముల నుంపఁబంచితి. శీఘ్రముగా లెమ్ము. (రాణివంకఁ దిరిగి) దేవీ! మాకు సెలవొసంగుము. మేము సురక్షితులమై మరల నీకంటఁ బడుఁగాకయని నీయిష్టదైవతములను బ్రార్థింపుచుండుము. నేఁటితోనే నాకును నాతండ్రికిని దెగతెంపులు గావలసివచ్చెను. జనకునాజ్ఞ తప్పక చెల్లింపవలసినధర్మము నాయందున్నను, నాముద్దుచెల్లించుట, నాయాశయముల పావిత్ర్య మెఱింగి వర్తించుట, మున్నగుధర్మములు వారియందు మాత్రములేవా? అది వారు తప్పినప్పుడు నేనిది తప్పుట దోషంబుగాదు.

మ. జనకుండున్ దదసంఖ్యసేవకులు-నన్ । సాధించి-బాధింపనీ,
ఘనకష్టంబులఁ ద్రోయనీ, యసురుఁ బో । కార్పం బ్రయత్నింపనీ,
వెనుకాడన్ లవలేశమైన, సుదతీ । వేలీల సంరక్షణం
బొనరింతున్, గరముం గ్రహింతు బహిరం । గోద్వాహ ధర్మంబునన్ ।

మేమిఁకఁ బోయెదము. (అని చెలిచేయిఁ బట్టి నడచిపోవుచుండ)

అంబ—నాథా! వెనుదీయక పొండు. మీరుపూనిన యీపవిత్రకార్యమును భగవంతుఁడు దప్పక కొనసాగించును గాక. నేను రసపుత్రకాంతనగుట నిట్టిపట్ల మీకు వాదోడొసంగుటయే కాక, యవసరమైనఁ జేదోడుగాఁ గూడనుండుదును.

సఖీ—ప్రియా ! నీతోఁడ్పా టిప్పుడవసరములేదు. చక్రవర్తి వచ్చునేని నిపుణముగా మాటాడి పంపివేయుము. అంతమాత్రపు సాయ మిప్పుడు చాలును.

అంబ—గీ. రాధికాకృష్ణులపగిది । రాగడోలి
కలను మీర లిరువురు నూఁగాడుచుండ
నేను రుక్మిణీకాంతవిధాన భక్తి
పూర్ణనై మీ సపర్య సల్పుదునుగాక !

ఝోయిరంజు. (అనార్కలీ తలపై హస్తముంచి యాశీర్వదించును. నాయికానాయకు లేఁగుదురు.)

[ప్రవేశము : ఇరువురభటులతోఁ జక్రవర్తి]

భటు—స్వామీ ! ఇవిగో నెత్తురుచుక్కలు. ఇంతదనుక నవి కనఁబడుచునే యున్నవి. ఆముసుంగుమానిసి యనార్కలీతో నిందుఁజొచ్చి డాఁగియుండును.

చక్రి—వాఁడు నాకుమారుఁడే యైయుండునా, లేక, నాకుమారుని ప్రేరణచే వచ్చిన యొక యోధుఁడగునా ?

భటు—ఆకారము యువరాజుగారివలెనే కనఁబడినది. కాని యువరాజుగారి కంత సాహస మెక్కడిది ? వారుకారు. వారు పురికొల్పి పంపినయోధుఁడే యెవ్వఁడో వచ్చియుండును. గొప్పయోధుఁ డొకఁడు కాకున్న, నంతమంది నొక్కత్రుటిలోఁ జంపఁగలుగువారు మఱి యెవ్వరుండురు ? వారుగో ! అమ్మగారు. ఏదియో యోజించుచుఁ గూర్చుండియున్నారు.

చక్రి—పోయి యరయుదముగాక- (గదిలోఁ జొచ్చును. రాజకుమారి లేచి నిలిచి ముసుంగువైచుకొనును) అమ్మా ! ఇందు రక్తబిందువులు కాన్పించుచున్నవి. ఎవరిందుఁ జొచ్చిరి ?

అంబ—నాగదిఁజొచ్చుటకు నెవ్వరికి హక్కుండును ?

చక్రి—హక్కున్నవారే చొచ్చిరా ?

అంబ—చిత్తము.

చక్రి—వారు నీహృదయేశ్వరులే యగుదురా ?

అంబ—వారేయననేల? నాదాసీజనము కారాదా ?

చక్రి—దాసీజను లెవ్వరైన నిందుఁ బోరాడి నెత్తుటింగురిసిరా ?

అంబ—నాయెదుట నట్టిపోరాటయు జరుగలేదు.

చక్రి—నీపరోక్షమందుఁ బోరాడివచ్చి రుధిరకణము లిచ్చట రాల్చిరా ?

అంబ—కావచ్చును. నాకది యెఱుకలేదు.

చక్రి—అనార్కలీ నిం దెవ్వరైనఁ గొనివచ్చిరా ?

అంబ—(పలుక కూరకుండును)

చక్రి—మౌన మంగీకారసూచకమా ?

అంబ—అనార్కలీనిగుఱించి నన్నుఁ బ్రశ్నింపవలదని తమ్ము బ్రార్థించుచున్నాను.

చక్రి—అమ్మా ! నీకోర్కెయే తీర్తును. కాని నీకు సవతిగావచ్చి మన యుభయకులయశంబుల నపహరింప వచ్చినదానిపై నీవు కినియకుండుటేగాక, దాని కాశ్రయంబుగూడ నిడుచుంట యాశ్చర్యజనకముగా నున్నదిసుమా !

అంబ—తమమతమునుబట్టి పురుషుఁడు పల్వురుకాంతలను బెండ్లాడ వచ్చుఁగదా ?

చక్రి—అనార్కలీ యట్లు పెండ్లాడఁబడిన కాంతయా? ఒకదాసియే!

అంబ—దాసీజనులే వాసికెక్కినదేవేరులగుట తమవంశమున నిదివఱ కెన్నిపర్యాయములు తటస్థింప లేదు!

చక్రి—ఇదివఱకుఁ జేసిన దోషము లనూచానముగాఁ జేయనేవలయునా ? అమ్మా ! నీవు గొప్పపొరపాటే చేయుచుంటివి.

నీభర్తను జీవాట్లుపెట్టి యతని చాపల్యమును బోఁగొట్టవలసినది. చేయఁగలుగుశక్తియుక్తులు నీకడనున్నను, నీ వుపేక్షించుట పాడిగాదు.

అంబ—మామగారూ! నేను హిందూవనితను. నాభర్తయాజ్ఞఁ జెల్లించుటే నాముఖ్యధర్మము. ఆయన వేఱువనితలతో వినోదింపనిండు, నేను గూడదనను. ఆయన యా వేఱుకాంతల కూడిగముఁ జేయుమన్నను, నేను జేయ సిద్ధముగా నుందును. నే నిట్లుంటచేతనే యాయన నన్నత్యంతానురాగమునఁ జూచుచుండిరి. ఆయన యనురాగముం బడయుటయేకదా నాయాశయము?

చక్రి—(నిట్టూర్పుపుచ్చి) నీయాశయముల కేమిలెమ్ము. ఇప్పుడు నీ మగఁ డెందున్నాఁడు?

అంబ—నేను జెప్పుట కాజ్ఞ యీయఁబడలేదు.

చక్ర—ఓరీ! భటులారా! స్పష్టమైనది. నాకుమారుఁడే యెందో డాఁగియుండి యెవ్వనినోపేరునఁ బ్రేరేచి యనార్కలీని విడిపించి రావించి తనయంతిపురముననే కొంతతడవు వసింపఁజేసి యవల వారి నేరహస్యస్థలమునకో పంచియున్నాఁడు. (బిగ్గఱగా) మీ రిఁక వెఱవక సైన్యసమేతులరై పట్టణము నలుదిక్కులకుఁ బోయి వెదకి యాయనార్కలీని, దానిఁగాచుచున్న యోధునిఁ బట్టితెండు. అగత్యమైన యుద్ధమొనరించి చంపి శవములనైనఁ గొనితెండు. పొండు. ఎందుఁ బోఁగలరో చూతునుగాక. (కోడలివంకఁ దిరిగి) అమ్మా! నీవు పతివ్రతవే కావచ్చును. కాని నీచర్య నేను మెచ్చను. (నిష్క్రమింతురు)

(తెరపడును.)

ఓమ్

అనార్కలీ.

షష్ఠాంకము.

ప్రథమరంగము.

రంగము:—అక్బరు మందిరము.

[ప్రవేశము:—అక్బరు సోఫాపైఁ గూరుచుండి]

అక్బ—(తనలో) కుమారుని కంతటిసాహస మెట్లుండు నెవ్వఁడో యోధుఁడారీతి ననార్కలీని గొంపోయియుండు ననుకొంటిని. కాని, లెస్సఁగా యోజింపఁ జిరంజీవియగు సలీమే యాపని చేసెనేమోయని యనుమానము గల్గుచున్నది. ఇట్టిపట్ల నెట్టి భీరుఁడైన ధీరుఁడే యగునుగదా! అదిగాక వాఁడేమి బలహీనుఁడా! శస్త్రప్రయోగ మెఱుఁగనివాఁడా? యుద్ధపద్ధతుల యందుఁ బరాసువీరులయొద్ద శిక్షఁ బొందినవాఁడేకదా! ఒకవేళ వాఁడే యగునేని, నాసైనికులు వాని గుర్తింపఁజాలక వానితో సమర మొనరించియుండరుగద? అందు వానికి గట్టి గాయములు తగిలినచో, వాఁడెంతగా బాధపడునోగదా? బాధతోమాత్రము ముగిసిన బాగుగనేయుండును. దైవకృప వలన వానిప్రాణమున కెట్టిభంగమును రాకున్న నా కేదుఃఖమును లేకుండునుగదా? ప్రభూ! భగవానుఁడా! నా చరమావస్థలోఁ బుత్త్రశోకము గలుగనీయక కాపాడ వేఁడుచున్నాను. ఏముప్పును లేకుండ నాముప్పు గడువఁ బెట్టుము. ఇన్ని ము

ప్పులకును మూల మాయనార్కలీయేకదా! దానిని వెంటనే తుదముట్టించి యాపదల నాఁగెదఁగాక!

[ప్రవేశము—ఒకదౌవారికుఁడు.]

దౌవా—ప్రభూ! ఏలికలంపిన సైనికు లనార్కలీతో యువరాజుగారిని బట్టుకొనివచ్చిరి. ప్రవేశమున కనుజ్ఞయా?

అక్బ—(ఆత్రముతో) యువరా జెట్లుండెను?

దౌవా—స్వామీ! వారు మూర్ఛలో నున్నారు. బట్టలు నెత్తుటఁ దడిసియున్నవి.

అక్బ—(ఆత్రముతో) ఏమీ? మూర్ఛయేకదా? జీవించియుండెనా? ప్రవేశపెట్టుము.

(దౌవారికుఁడు నిష్క్రమించును.)

దేవా! తనూజునిఁ గాపాడి నాయలమటం దీర్పుము. మది కీడుచే శంకించుచున్నది. నీవే నా వెరపుం బాపవలయు.

[భటులు సలీమును చేతులపై నెత్తుకొనివత్తురు, అనార్కలీని బంధించి తీసికొని వత్తురు.]

అక్బ—(ఆత్రముతో) నాయనా! నీకే యీగతికలైనా? (అనికొడుకు చెంతఁజేరి వాపోవును.)

భటు—ప్రభూ యువరాజని గుర్తించుటకు వీలులేకుండ వీరు వేషమును మార్చుకొనియుంటచే మే మేలినవారి శాసనముం బట్టి సమరమునకు డీకొంటిమి. లేకున్న వెంటనే పరుగెత్తుకొని వచ్చి ప్రభువులకు యువరాజోదంతము మనవిఁజేసియుందుము.

అక్బ—జీవములతో నుండెనా లేదా?

భటు—స్వామీ! జీవించియేయున్నారు. కాని గాయములు మిక్కుటముగాఁ దగిలినవి. రక్తస్రావమును నధికముగాన య్యెను. రాజవైద్యులకు వార్తఁబంపితిమి. వారును వచ్చుచుసేయుందురు

ప్రభువు లలమటఁజెందనక్కఱలేదు. రెండుమూఁడుదినములలో యువరాజుగారు స్వస్థులయ్యెదరు.

అక్బ—స్వస్థుఁడైన సంతోషమే కదా? (అనార్కలీవంకకుఁదిరిగి) ఓసి ద్రోహినీ! ఇంత విపత్తునకుఁ గారణ మీవు గదా! నిన్ను నిన్ననే జాబుమ్రింగుచుండఁగనే ఖండించియుందునేని మా కీయిక్కట్టు వాటిల్లకయే యుండును గదా!

అనా—ప్రభూ! ఇప్పుడైన నాపని గావింపుఁడు. ప్రాణము లున్నంతవఱకు నేను నాప్రాణనాథుని, నాప్రాణనాథుఁడు నన్నుఁ బ్రేమించుకొనకమానము. నే నింకను జీవించియుందునేని, నా భర్త కిట్టియిడుమలు తప్పవు! నానాథుని సుఖమే నేను గాంక్షించుదానను గాన, నన్నుఁ గడతేర్పుఁడు.

అక్బ—(తనలో) ఆహా! దీనినిశ్చలబుద్ధి కేమనవలయు? ఇట్టిదాని నేమి శిక్ష చేయుదును? దీని యకలంకపతిభక్తిఁ గాంచిన, దీనిని క్షమించి మెట్టివరమైన నియ్యబుద్ధిపుట్టును. దీనివలన వంశమునకుఁ గల్గినకష్టములఁదలఁచిన దీనిని వెంటనే కడఁదేర్పక తప్పదనితోఁచును. ఇప్పు డేమికర్తవ్యము? ఇతరచింతమాని నారాజధర్మమే యొనరింపవలయు. (ప్రకాశముగా) అనార్కలీ! కడచినదాని కిప్పుడు వగవను. నీ విప్పుడేని నిన్నటి లేఖోదంత మెఱిఁగింతువేని నిన్ను క్షమింతును. ఎఱిఁగింపకున్న నీవు ఘోరమరణ మొందఁగలవని తెలిసికొనుము.

అనా—ప్రభూ! లేఖోదంతము తెఱింగించి తాత్కాలికముగాఁ దమ క్షమనుబడసి యవల నామనఃపరితాపమున నేను దినదినము పొందు ఘోరతరమరణముకన్నఁ దా మొక్కదినమున నొక్క క్షణములోఁ గల్గింపఁబోవు ఘోరమరణ మెక్కువది కాదు. ఈశరీరము తమయధీనమందున్నదే కదా? తమచిత్తవృత్తి ప్రకా

రము దానిని శిక్షింపుఁడు. ఇఁక నాయాత్మయన్ననో, నానా థునియాత్మలో లీనమైపోయినది. దానిని వేఱుచేయ మానవమాత్రులకు సాధ్యముకాదు.

అక్బ—ఇఁక నీవెఱ్ఱివేదాంతవచనములు కట్టిపెట్టుము. నీకొక్క దినము గడు వొసంగితి. అంతదనుక నీవు కారాగారముననుందువు. ఈలోపున లెస్సఁగా యోజించికొనుము. భగవంతుఁడు నా మొరాలకించి నాకుమారునికి జీవములే నిల్పునేని, వాని యెదుటనే నీవు ఘోరమృతిని గాంచఁగలవని యెఱుఁగుము.

అనా—నాకంతకన్నఁ గావలసిన దేమున్నది? నే నెక్కడనున్నను నాలో నాపతిమూర్తి ప్రతిబింబించుచునే యుండును. అది నా బాహ్యచక్షువులకుఁగూడ నెదుటనుండుట తటస్థించునేని, నాయానందమునకు మేరయేయుండదుగదా? సార్వభౌమా! నన్నుఁ బలుసారులు తాము ప్రశ్నింపనక్కఱయే లేదు. ఒక దినముగాదు, పదిదినములు గడు విచ్చినను నేను జెప్పుజవాబదియే.

అక్బ—ఓసిమూర్ఖురాలా! నీతో వాదించుచున్నకొలఁది నీయవివేక మతిశయించుచున్నదే! నీకు భగవంతుఁడు ఘోరశిక్షయేర్పాటుగావించియున్నప్పుడు మనుష్యమాత్రులు మాన్పింపఁ గల్గుదురా? ఓరీ! భటులారా! దీనిని గారాగారబద్ధురాలిని గావింపుఁడు. రేపీవేళకు నిది జాబులోనియంశములం జెప్పఁ దలఁచుకొన్న నాతో వచ్చిచెప్పుఁడు. అట్లుగాకున్న దీనినొక గోడచేరికకుఁజేర్చి మీఁద గోడపేర్పింపుఁడు.

అనా—(ఒడలు జలదరింప) హా! ప్రాణపతీ! నన్ను జీవింపఁజేయు పట్ల నీప్రయత్నములన్నియు వ్యర్థములైనవిసుమా! నీకుఁగల్గు నరిష్టములన్నియు నాపైఁ గొట్టుకొనిపోయి స్థిరమైన స్వస్థుఁడ

నై మనెదవుగాక. (ఒడ లెఱుఁగక పడియున్న సలీముపాదములపైఁ బడును.)

అక్బ—ఓసీ! దీనిచేతులు విఱిచికట్టి వెంటనే గొనిపొండు. మనహకీమును వేగగొనిరండు. కుమారుని కింకను స్మృతికలుగకుండెను.

[ఆత్రముతో నంబరరాజకుమారి ప్రవేశించును]

అంబ—(పతిపంకఁ జూచి) హా! ప్రాణేశ్వరా! నీ కిట్టిదుర్గతికల్గెనా? (అని చెంతఁగూర్చుండి వాపోవును.)

అక్బ—కుమారీ! నీవు దుఃఖింపకుము. నీభర్త స్వల్పకాలములో స్వస్థుఁడగును. అదిగో మనవంశమునకు మారియైవచ్చిన యీ పగలమారిని జెఱసాలకుఁ బంపుచుంటిని.

అంబ—(అనార్కలీచెంత కేఁగి) సోదరీ! నీకై యింతపాటుపడిన దయితునిజతనములన్నియు నిట్లు ఫలించినవా? (అక్బరువంకఁ దిరిగి) మామగారూ! ఈమె నిరపరాధిని. ఈమెను గాపాడ వేఁడుచున్నాను.

అక్బ—నీవు నీమగనితోఁగూడి దీని కట్టిపెచ్చుమచ్చికయిచ్చుటచేత నేయిది నన్ను ధిక్కరించుచున్నది. నీ విఁక దీనిపట్ల నేమిచెప్పినను నేనువినను. భటులారా! జాగుచేయక దీనిఁగొనిపొండు. (భటు లనార్కలీచేతులు విఱిచికట్టి కొనిపోవుచుందురు. అంబరరాజకుమారి వెంటఁబోయి)

అంబ—చెలియా! ప్రభుశాసన మవిలంఘనీయము. నీ కిఁక శిక్షతప్పదు. నీవే యొకయడుగు క్రిందికిదిగి చక్రవర్తి నిన్నేమిచేయుమని యాజ్ఞయిచ్చెనో యది యాచరింపుము. దాన శిక్ష తప్పునేమో!

అనా—అమ్మా! ఇప్పుడు నాప్రాణమొక్కటియేపోవును. చక్రవర్తి యాజ్ఞ నెఱవేర్తునేని మూఁడుప్రాణములకు భంగము కలుగవచ్చును. ఆమూఁటిలో మన ప్రాణకాంతునిప్రాణ మొకటి. అట్టిచో నేనెట్లు వారియాజ్ఞ పాలింపనేర్తును?

అంబ—మామగారూ! ఈమె తమయాజ్ఞ నిర్వర్తించునేని తా మెవ్వరికిని హానిచేయమని వర మీయఁగలరా?

అక్బ—నేను ముందుగా నెట్లువాగ్దానముచేయఁగలను? తదుదంత స్వభావ మెట్టిదో యెఱిఁగినఁగదా, నే నేమాటయేని యిచ్చుట?

అం.బ—అట్లైన సహోదరీ! నీకు దండనము తప్పదు. నీ కీశ్వరాహ్వానమైనది కాఁబోలు. సాధ్వీ! నీపవిత్రవర్తన మెఱుఁగక మొదట నిన్ను బాధించి పాప మొడిగట్టుకొంటిని. అందునకు మరల నీక్షమాపణము వేఁడుచున్నాను.

గీ. సృష్టి నీయట్టి యుత్తమ । శీలయరుదు
నీయశము వెల్లడించుట । కే యజుండు
దుర్భరనరకబాధలం । ద్రోయుచుండె
పడ్డవా రెయ్యెడను గారు । చెడ్డవారు.

లోకములోఁ బ్రసిద్ధిగాంచినవా రెల్లఁ గష్టములపాలైరికదా! నీవు నటులేయని యెంచుకొనుము. హమ్మా. నీ యకల్మషపవిత్రవర్తనము నకుఁ దగినఫల మీలోకమునఁగాకున్నఁ బైలోకముననైన దొరకక మానదు.

అనా—(వంగి సలామొనర్చి) సోదరీ! సెలవిండు. ప్రాణపతీ! సెలవు.

(అనార్కలీ కొనిపోఁబడును.)

అక్బ—వీరిచర్య విచిత్రముగా నున్నదే! సపత్ను లెచ్చట నిట్లుండఁ గాంచలేదు. వీ రిరువు రొకరినిమించి యొకరు తమయుత్తమ

స్వభావము వెల్లడించుచున్నారు. (తలపంకించి) ఏ దెట్టులున్నను, నా రాజధర్మము వీడరాదు. వీడినచోఁ బ్రధానాశయమునకే లోటురావచ్చును. పాపమే కానిమ్ము. పుణ్యమే కానిమ్ము. అది నాయానతి మీఱునేని శిక్షతప్పదు. (ప్రకాశముగా) కుమారీ! నీయంపకములైనవా? ఇఁకనైనఁ బతికిఁ జికిత్సఁ జేయఁబూనుము.

అంబ—మామగారూ! ఒకపతివ్రత నూరక బాధింతుమేని యాపాపము కుడుపక మానదు. పతిసేవకన్నను బతివ్రతాసేవ ముఖ్యమైనదని యెంచి ముందుగా దానినొనర్చితి. ఇఁకఁ బతిసేవకై కడంగెద. నామంగళసూత్రబలమునకు ననార్కలీపాతివ్రత్యమాహాత్మ్యము తోడ్పడుచుండ నానాథున కెట్టియిడుమయుఁ బాటిల్లనేరదు. నానాథుఁడు వీరపురుషోచితక్రియ లొనర్చుటయందు గాయపడెను గావున నాతనింగూర్చి యంతగా దుఃఖింపరాదు. ఆతఁ డందుఁ బ్రాణములే కోల్పోవుట తటస్థించినయెడల నే ననార్కలీతోఁ గూడి సహగమన మొనర్చియుందును.

అక్బ—(తనలో) ఆహా! ఈవీరవనితపల్కులు హృదయభేద్యములుగా నున్నవే! నే ననార్కలీయెడ దురిత మొనరించుచున్నానేమో! దైవమా! నాకుఁ గర్తవ్యమును బ్రబోధించి నాకలఁతం దీర్పుము. ఇప్పుడు సలీమునకు జ్ఞప్తియేని వచ్చియున్నఁ గొంతయూరటగల్గునేమో కదా! హా! ఈశ్వరా! నాకేదియో దారిఁజూపుము.

(తెరపడును.)

ద్వితీయరంగము.

రంగము—కారాగృహము.

[ప్రవేశము—అనార్కలీ చెఱసాలతలుపునారసములఁ బట్టినిలిచి, ఇరువురు కావలివాండ్రగ స్త్రీలైయుందురు.]

అనా—ఇఁక నొక్కగంటలో నా కీబాహ్యలోక తేజస్సు శాశ్వతముగా మాయమగును. పిమ్మట పంచభూతాత్మకమైన యీమేను విడిచి నాప్రాణ మెక్కడికరుగునో, యేపరిణామము గాంచునో తెలియదుకదా! కొంచెముసేపటిలోనే భరతవాక్యము వినిపింపనున్న నాజీవితదృశ్యప్రబంధము నొక్కసారి నాంది మొదలు చదివిచూచుకొన్న, నంతయు రసభంగమే, పేలవతయే, విలక్షణతయే గోచరించుచున్నది. విషాదాంతనాటకము లెన్నేనిగలవుగాని, నాజీవితనాటకమువంటి రసహీననాటక మింకొక్కటి యుండునా? ఇప్పటి కాకవికల్పితకావ్యపరంపరలోనిదియుం జేరి బుధజనసమాదరము గాంచకయుండునుగదా! కాని యిందు గ్రంథప్రకాశకురాలనగు నాలోపము లేదు. గ్రంథకర్తయగు భగవంతుని లోపమే యగును. అతఁ డుత్తమవాక్యములు పెక్కులు రచియించి విసిగి తుద కీనీరసకావ్యరచన మొనర్చి పరిహాసపాత్రుఁడయ్యెనే! ఎవరిరచన వారి కింపుగదా! ఈరచన మెవ్వరు మెచ్చకున్నను, రచయితయేని మెచ్చుకొని కథానాయికపట్ల నభిమానము వహింపకపోవఁడుగదా! సంపాదకురాలి కదియేచాలును.

ఏమి నావెఱ్ఱి! కవి తాను రచించుకావ్యమును దన యానందముకొఱకే రచించునుగాని దానిం గాంచి యొరులు మెత్తురా, మెచ్చి బహుమాన మిత్తురా యని యూహించి రచింపఁడుగధా!

అట్టిదే నాజీవితకావ్యమును గావచ్చును. ఇందలి నాయికానాయకుల పవిత్రప్రణయకథ యెవ్వరికేని హృద్యముగనున్న గ్రహింతురు. లేకున్నఁ ద్రోసిపుత్తురు. అంతియే.

(గంటలువినుట నభినయించి) అదే పదిగంటలైనది. ఇఁక నొక్కయరగంటలో నేను కథావశేషురాలను గావలయుఁగాఁబోలు! నాజీవితేశుఁ డెట్టులున్నవాఁడో! తెలివి వచ్చినదో లేదో! వచ్చినచో నాకై యెంతపరితపించుచుండునో! నాయునికి యతనికిఁ దెలియునో లేదో! తెలిసినమాత్ర మేమిచేయఁగలఁడు? అస్వతంత్రుఁడుగదా! ప్రకృతమున దౌర్బల్య మాయస్వతంత్రతకుఁ దోడైయున్నది. నాసంరక్షణమునకై యెంతగాఁ బాటుపడియుండెను! తుద కేమిఫలముగలిగెను? ఆహా! దైవమా! నీచెయిదములు విపరీతములుగదా!

ఉ. నీయదుమూలతన్ బడయ । నేరనివారు వినిశ్చలాత్ములై
న్యాయముఁదప్పకుండియుఁ బ్రయత్నతలోపము గల్గనీకయుం
జేయుబవస్య పాల్పడి । నిష్ఠవహించియు భగ్నకార్యులౌ
వాయుప్రవర్షముం దెగిన । వృక్షమె కా కృషికారుయత్నముల్?

స్వామీ! ఇఁకఁ గొంతసేపటికే చెడనున్న నాకన్నులకు దివ్యదృష్టిని బ్రసాదించి నాహృదయేశ్వరు మనోహరాకృతిని గొంతతడవుచూడ నిమ్ము. (కన్నులుమూసికొనును. సలీ మెదుటనున్నటులే భావించుకొనును.) అదిగో! నానాథుమూర్తి! నాథా! వచ్చియుంటివా? నీదేహదౌర్బల్యము పోయినదా! నీయంగకము లిప్పుడు తగినంతబలముచే నొప్పుచున్నవిగద! ఆహా! మన ప్రథమసమాగమమున నీవు తాల్చిన దుస్తులు నేఁడు ధరించి నన్నలరింపవచ్చితివా? చేతిమీఁదఁ గీరమునుగూడ నెక్కించుకొనియే యుంటివా? అనారని పిలుచుచున్నదదియా? లేక నీవే దానికంఠధ్వని ననుకరించి యట్లు పలుకుచుంటివా? అదేమి కీరము లెగిరిపోవుచున్నది! నీవే జాఱవిడిచితివా? లేదు, లేదు,

అది యే వ్యోమయాన మొనర్చు తన జాతివిహంగములం గూడి పోవుచున్నది! నాథా! నాథా! నీవేల యిట్లు తత్తరపడుచుంటివి! నీకరకంజరమం దుండఁగోరు నీకీరముం గ్రహింపరాదా? అయ్యో! అది యింక దొరకదనియా పైవసనములు జీరాడఁ బరుగెత్తుచున్నావు! ప్రాణపతీ! ఆఁగుమాఁగుము. నేనుగూడ నీవెంటవచ్చుచున్నాను. (పరువెత్తును. ఇనుపకమ్ములడ్డమురాఁగా) అయ్యో! నాథా! నేను బంధితురాలినై యుంటిని. నన్ను విడిపించు దిక్కెవ్వరును లేరు. నేను వెలువడిన తోడనే నన్ను నమిలి మ్రింగవలెనన్న కోరికతో బావురుపిల్లులజంట యిటకాచియున్నది. నీవే వెనుదిరిగిరమ్ము. రా, రమ్ము. అయ్యో! నావంకఁజూడవేమి! ఇది న్యాయమా! ప్రాణేశ్వరా! ప్రాణేశ్వరా!

(మూర్ఛిల్లును)

కావలి I—ఓరీ! ఈయనార్కలీ వెఱ్ఱికేకలు పెట్టిపెట్టి సొమ్మసిల్లినదిరా. పాపము, ఈయమ్మగతి చూచిన, జాలిగలుగుచున్నదిరా.

కావలి II—నిజమేరా, నాకును జాలిగల్గుచున్నది. మనమేమి చేయఁగలము? ఆయువరాజైన, ఇక్కడికి వచ్చునేని, ఆయనకోరినాఁడని వంకఁబెట్టి తలుపులు తీసివేసియుందుము.

కావలి I—ఆయన చావుబ్రతుకులలో నుండెఁగదా? ఎట్టు లిక్కడికి రాఁగలఁడు?

కావలి II—పదిగంటలు గొట్టి చాలసేపైనది. పాదుషావారు వత్తురేమో! (దృష్టిని వ్యాపింపఁజేసి) అదిగో! ఎవరో యీవంకకే వచ్చుచున్నారురా.

కావలి I—(లెస్సఁగాఁ బరికించి) వాఁడు తాపీపనివాఁడురా! పాపమీ యిల్లాలిమీఁద గోడపెట్టుటకు కాఁబోలునురా?

కావలి II—హా! హా! ఎంతఘోర మెంతఘోరము! పాదుషా

వారు వెన్నవంటిమనస్సుగలవా రందురుగాని, ఒక్కొక్కప్పుడు ఇనుమై పోవుదురురా.

కావలి I — ఆయనదంతయు టక్కరివేసమురా! ఈదేశపువారిని తురకలను కలుపుట కెన్నిచితార్లయిన చేయునురా? ఎన్నిఘోర కార్యాలైన చేయునురా!

కావలి II—ఓరీ! ఆయన చిన్ననాఁటినుండియు నిదేమచ్చురా. హేమూపెబువుని చిన్నప్పుడే తనచేతులతో చంపినాఁడుకాదురా? బహిరాంఖానుగారిని చంపినవా రెవరనుకొన్నావు? ఆయనయే కాదురా? అబ్బో! ఎన్ని ఘోరకార్యాలైన చేసినాఁడురా? పైకి మెత్తనివానివలె నుండును గాని, లోపల నంతయు కుళ్ళేసుమా!

కావలి I—కుళ్లుకాదురా! తనరాజ్యము కాపాడుకొనుటకు అట్టి పనులుచేయునురా.

కావలి II—అదే బీదవాండ్రలోనున్న, కుళ్ళందురులే.

[తాపీపనివాఁడు ప్రవేశించును.]

తాపీ—సిపాయిలాఁరా! చక్రవర్తిగారువచ్చుచున్నారు. ఆయమ్మమీఁద గోడపేర్చుటకు నన్ను సిద్ధపడుమన్నారు. నాకు సాయము చేయుటకు మీరుకూడ సిద్ధముకావలెను.

కావలి I-II—అల్లా! అల్లా! ఎంతపాపమున కొడిగట్టవలసివచ్చెరా.

[ప్రవేశము భటులతో నక్బరు. సిపాయీలు సలామొనర్తురు]

అక్బ—ఓరీ! అనార్కలీ యెట్టులున్నదిరా? ఏమనుచున్నది?

సిపాయి—సర్కార్! ఆయమ్మ యేడ్చి యేడ్చి మూర్ఛపడిపోయినది.

అక్బ—నాతో నేమైనఁ జెప్పుఁడని మిమ్ముఁ గోరినదా?

సిపాయి—లేదు. మహాప్రభూ!

అక్బ—(తలపంకించి) అట్టులైనచో నీకఁ జేయునది లేదు. దాని కీ శిక్షజరిపియే తీఱవలయును.

అనా—(తెలివివచ్చి, లేచి) నాథా! సలీమ్! ఎక్కడనుంటివి? పలుకవా?

అక్బ—అమ్మాయీ! నీ నాథుఁ డిచ్చటలేఁడు. నేను జక్రవర్తిని.

అనా—స్వామీ! తమరా? నానాథుఁ డెట్లున్నాఁడు. జ్ఞప్తి వచ్చినదా?

అక్బ—ఆతనికి జ్ఞప్తి యింకను రాలేదు. కాని వైద్యులు ప్రాణభయము రాదని చెప్పుచున్నారు.

అనా—ప్రభూ! నాకు శుభవార్త వినిపించితిరి. నాయవసానసమయమున నిట్టి శుభవార్త వినుటచే నాయాత్మ కానందమే కల్గునుగదా!

అక్బ—అట్లయిన, నీవు శిక్షఁబడయుటకే సిద్ధముగానుంటివా? లేఖోదంత మెఱిఁగింపఁ దలఁచుకొనలేదా?

అనా—ఎఱిఁగింపను.

అక్బ—ఇఁక నన్ను నెపపెట్టవలదు. నారాజధర్మము నెఱవేర్చుచున్నాను. నీ వొక్కసారి భగవంతునికిఁ బ్రార్థనము సలుపుకొనుము. ఓరీ! భటులారా? మీ రామె నొకకొయ్యకుఁ జేర్చి కట్టివేయుఁడు. మేస్త్రీ! నీ వామెచుట్టు గోడపేర్చివేయుము. క్షణములో ముగియవలయును.

అనా—పలికలయాజ్ఞయే నెఱవేర్తుఁగాక! (మోఁకరించి తలవంచి) ఓభగవంతుఁడా! సృష్టిస్థితిలయకారణుఁడా! నీపిలుపు వినఁబడుచున్నది. ఇదే నీకడకు వచ్చుచున్నాను. ఉన్నపాటుననే వచ్చుచున్నాను. నేను సవరించుకొనవలసినదేదియు లేదు. నీయాహ్వానసిస్వన మెప్పుడు వినఁబడునా యనియే యెదురు

చూచుచుంటిని. ఓదయామయా! నీవు నాయందుఁ గరుణ వహించి నా కీలోకములో మఱియొక జీవాత్మతోఁ గల్పించిన ప్రణయమున కెంతయుఁ గృతజ్ఞురాలను. దానికి మానవమాత్రులచే భంగముగల్గించితివి. అది తాత్కాలిక మేయగాఁ గాక యని కోరుచున్నాను. మరల మాజీవాత్మలు నీ ధర్మసామ్రాజ్యమునఁ గలిసికొని యనవరతానందరసమున నోలలాడుచు నుండునట్లు నీవే చేయుదువుగాక యని వేఁడుచున్నాను. స్వామీ! నాప్రణయపరీక్ష కీవిషమపరిస్థితులు పరికల్పించియుంటివని నమ్ముచున్నాను. నీపరీక్షకుఁ జలింపక నిలువఁబడి నీ మెప్పొందితిఁగదా? ఇఁక ఫలసిద్ధినొసంగుట కేమి యడ్డంకిగలదు?

గీ. స్వామి! నాదు జీవాత్మ సరివ తిచేర
నెం మహాసముద్రముగ సలీము నాదు
కపరమాత్మన్ సృజించితి! కరుణతోడ
శాశ్వతముగఁ దదైక్య మొసంగుమయ్య!

ఇంతకన్న నా కేవాంఛయు లేదు. ఈలోకమున సలీము నీరూపమేయని యెంచితిని. నీలోకమందు నీ వాసలీమురూపముతోనే నాకు దర్శన మొసంగి నన్ను నీలోఁగలిపికొనుము. (కన్నులు తెఱచి) భూలోక సార్వభౌమా! నేను సంసిద్ధనైయుంటిని. కాఁదగిన కృత్యముకానిండు.

అక్బ—ఇంకొకమాఱు లెస్సఁగా యోజించుకొనుమీ!

అనా—యోజనలన్నియుఁ బూర్తియైనవి.

అక్బ—ఇప్పుడు నీ వొందఁబోవు మరణము దారుణమైనదిసుమీ! నీవు మిగుల బాధపడి ప్రాణములు విడిచిపెట్టవలసియుండును జుమీ! ఆలోచించుకొనుము.

అనా—అయ్యా! నాయాత్మ యాపరమాత్మలో నైక్యమొందియుండఁ దా మీదేహము నెంతగా బాధపెట్టినను నా కాబాధసోఁకదే! తమ బెదరింపులకు జడియుదానను గాను.

అక్బ—(పనివాండ్రతో) అటులైన మీపని మీరు కానిండు. (పని వాండ్రు అనార్కలీనిగట్టి గోడపేర్ప మొదలుపెట్టుదురు.)

అక్బ—అనార్కలీ ! ఇప్పుడైన యోజించుకొనుము. నీవు లేఖలోని యంశములం దెల్పుదువేని, నీకిట్టిశిక్షయు విధింపక నిన్ను విడిచి పుత్తును.

అనా—తెల్పను.

అక్బ—(పనివాండ్రతో) కానిండు. (తనలో) ఆహా ! ఏమి యీమె మనోదార్ఢ్యము ! ఏమి చెప్పినను వినకున్నదే ! మఱియొక యాసకల్పించి చూతునుగాక. (ప్రకాశముగా) అమ్మాయీ ! లేఖలోని యంశములు నాకుఁ గినుకఁ బుట్టించునవే యైనను, నేనుచు వానిని పాటింపక యెవ్వరి కిట్టిహానియుఁ జేయనని వాగ్దానముచేయుచున్నాను.

అనా—తాము హానిచేయకపోయినను సరే, నే నాలేఖవ్రాసినవారి తోఁ దదంశముల వెల్లడింపనని నొక్కి వక్కాణించితిని. అన్న మాట తప్పఁజాలను.

అక్బ—నాకోటకు మరల రానని మాటయిచ్చి, యది తప్పలేదా ?

అనా—అందుల కిప్పుడు పశ్చాత్తాపపడుచుంటిని. అదిగాక యాతప్పుట నాహృదయేశునకు నానంద మొదవించు నుద్దేశముతోఁ జేసితిని. అయినను నది తప్పేయగును. ఇప్పుడు మరల నింకొక దోష మొనర్పఁజాలను.

అక్బ—ఓసి మూర్ఖురాలా ! నీ వింకఁ జావకతప్పదు. ఓరీ ! మీపని పూర్తిచేయుఁడు. (గోడపేర్పఁ బడుచుండును.) (తనలో) ఇం

కేమిచేయుదును ? శిక్షనిలిపి విడిచిపుత్తునా ? నాకోడలు వచించినట్లు లీనాథ్విని బాధపెట్టుటవలన నెవ్వియేని యరిష్టములు సంభవించునేమో! (ఆలోచించి) వలదు. వలదు. రాజధర్మమునకును బాపములకుఁ జాలదవ్వు. (కంఠముదాఁక గోడ పేర్చియుంతురు) ఓసి నిర్భాగ్యురాలా! నామాటవినుము. ఇఁకనొకపరుస పేర్తురేని నీయూపుమాయును. ఇప్పుడైనఁ జెప్పుము. చెప్పిన, నీకోర్కె యెద్దియేని నెఱవేర్తును.

అనా—అశక్యము శక్యముకాఁజాలదు.

అక్బ—(పెడమొగముపెట్టి పనివాండ్రకుముగింపుఁడని సంజ్ఞచేయును) అక్కటా ! ఎంతపని చేయవలసివచ్చెను ! నాజీవితకాలములో నింతటి ఘోరకార్యమొనర్చి యుండలేదు. నాచరమావస్థయం దిట్టికార్యము గావింపవలసివచ్చెఁగా ? ఇది నాయంతమునకే కారణమగునేమో! దైవమా ! నన్నీసందిగ్ధావస్థయందు నిల్పి నాచేత నిట్టి కఠినరాజదండన మొనరింపఁజేసితివిగదా ! ఇందు నాదోష మేదేనియున్నఁ దద్భారము నీవే వహింపుము. (పనిపూర్తియగును. చక్రవర్తి యవలికేఁగును.)

తెరపడును.

తృతీయ రంగము.

రంగము—కారాగారప్రదేశము.

[ప్రవేశము- పెజ్జవేసముతో సలీము- అతనివెంట నంబరరాజకుమారి వచ్చును.]

సలీ—

సీ. కటికచీఁకటియందుఁ । గొంతుల వెదఁజల్లు
నీమేనిరుచు లేవి । నిదురబోవు ?

అరకోసుమేరకే । పరిమళించెడు నీదు
దేహసౌరభ మేడఁ । దెరువుతప్పె ?
ఎట్టివేళలనైన । వెలమిఁ గూర్చెడు నీదు
కలకంఠ రవమేడ । గాసిఁజెందె ?
అంచచానలకేని । యందంపు నడ నేర్పు
నీముద్దునడ లేడ । నిలిచిపోయె ?
గీ. నాబహిఃప్రాణమా ! యేల । నన్నువిడిచితి ?
యెందుఁ బోయితి, వింక నా । కేదిదారి ?
మరల నిన్నెట్లు గాంతు ? నా । మనికియెట్లు ?
మాలఁతి ! నినుఁగూడఁ దోడఁగొం । పోవరాదె ?

అంబ—నాథా ! ఎందుల కీయరణ్యరోదనము ? మీమాలతి మొగము మాయమై మూఁడుదినములయ్యె. విధివిధాన మెవ్వరు తప్పిం పఁగల్గుదురు ? మీ రీరీతిని దుఃఖించినఁ బ్రయోజన మేమియు లేదుగదా ? ఊరడిల్లుఁడు.

సఖీ—(ఏడ్చుచు) చెలీ ! ఎట్టు లూరడిల్లఁగలను ?
సీ. చంద్రికళలలోని । సారంబుఁ గైకొని
చెలికిఁ జిర్నవ్వుగాఁ । జలుకరించె
అమృతమందలి తీపి । యాతఁడుఁ గొనివచ్చి
మాలతిమాటలయందుఁ । బొందుపఱచె
లేగులాబులయంద । లి జగుల సవరించి
కలికి కెమ్మోవికాం । తుల రచించె
దిరిసెనపూల య । కరువెల్ల గుమిగూర్చి
కోమలి నెమ్మేను । గుస్తరించె
గీ. పసిఁడికిఁ బరిమళముఁ గూర్చు । పగిది నజుఁడు
సోయగమునకుం దోడుగా । సుగుణతతియు

నామెయిం దమరించి నాకలవరించె
అట్టి ఖనిని బోఁగొట్టు కొంచెట్టిమనుచు ?

అంబ—నిజముగా నామె యట్టిదే! అట్టిసాధ్విని భగవంతుఁడు మీకుఁ దక్కనీయనపుడు మీ రేమిచేయఁగలరు? మహాకరుణాన్వితులని పేరువడసిన మామగారా మెపట్ల నింతనిర్దయతఁ బూనుట యీశ్వరప్రేరణ మనకతప్పదు కదా? తా మూరట వహింపవలయు. మామగారు తమ దుఃఖోద్రేక మపనయించు నుద్దేశముతోనే కాఁబోలుఁ దమకుఁ గొలఁదిదినములలోఁ బట్టాభిషేక మొనర్చి తాము విశ్రాంతి గైకొందురని వింటిని. ఇంక రాజ్యభారవహనక్రియలయందుఁ దమచిత్తముఁ జొన్పవలసియుండును. కావున శాంతి వహింపుఁడు.

సలీ—అనార్కలీ లేని నా కీలోకమేల? రాజ్యవైభవము లేల? చేతులార నట్టి బంగరుబొమ్మను, సుగుణాలపేటికను, వలపుల బరిణను, బోఁగొట్టుకొంటిని. నే నించుక స్వాతంత్ర్యము వహించి "నాయిచ్చవచ్చిన నారీమణిని గోరుకొందును. వైవాహికసంబంధములపట్ల మూఁడవవారికి జోక్యమేయుండరాదు. అదిగాక, నేను గసుఁగాయను గాను. యుక్తాయుక్త వివేచన మెఱుంగనివాఁడనుగాను. నేననార్కలీని దేవేరులలోఁ జేర్చికొనక మాన"నని నిర్భీతిమై నాతండ్రితో వచించియుండునేని యింత ముప్పు మూఁడకపోవునుగదా! లేనిపోని మొగమోటమే నా కీగతిఁ దెచ్చినది. శిరమునందుఁ దాల్పవలసిన శిరీషకుసుమమును బాదమర్దనముచే నణఁగఁద్రొక్కించినవాఁడ నైతిని గదా! (అనార్కలీ గోడపైఁబడి) హా! నారీమణీ! సార్థకనామ్నీ! ఇందుఁ గుందువడితివా? నాకై ప్రాణము లర్పించితివా? తన్వీ!

చ. ఎఱుఁగక మందబుద్ధినయి, యీసువహించు పిశాచి సోఫియా
పఱపిన మాటనమ్మి, నినుఁ బల్వెతలార్చిన క్రూరుఁడన్, మహా
దురితుఁడ, సాధ్వి! జీవములతో నిలఁబూడ్పఁగఁ దగ్గవాఁడ, దు
ర్భర నరకాగ్నికీలలకు బాధలఁబెట్టఁగ నర్హుఁడంజుమీ!

సతీ! ఇంతయాపదకు మూలమైన యారక్కసిని నాయక్కసు దీఱ నిప్పుడే ముక్కలు ముక్కలుగా ఖండించివత్తును. నన్నుఁబోనిమ్ము. (కత్తిఁగొని పరువెత్తును. భార్యపట్టుకొని యాఁపును.)

అంబ—నాథా! దాని యుదంతము తాము వినలేదా? అనార్కలీ కథావశేషురాలైన మాటవిని, యిఁక నింటికిఁబోయినఁ దన్ను మగఁడు తన్నునుగాని యాదరింపఁడనియు, లోకులెల్ల మహా పతివ్రతను జంపించిన పాపాత్మురాలిది యేయని చూపుచుందు రనియుఁ, దలఁచి యారాత్రియే విసము బుచ్చుకొని, చచ్చి మనకోటగుమ్మముకడఁ బడియున్నదఁట. అది చనిపోయి నేఁటికి రెండుదినములయ్యెను.

సలీ—(కత్తి పాఱవైచి) అట్లైనచో నేను జేయఁదగినశిక్ష భగవంతుఁడే చేసియుండెనా? అహా! దైవమా! ఆఘోరకార్యము జరుగకముందే నాకీతెలివి తెప్పింపలేకపోయితివా? లేక నన్నట్టి యొడలెఱుఁగనిస్థితియందే శాశ్వతముగా నుంపకపోయితివా? పిచ్చుకమీఁదఁ జంద్రాయుధమన్నట్లు లాయమాయకురాలి కిట్టి ఘోరమరణదండన మేలవిధించితివి? నీపరిపాలన మింత యవివేకపూరితమై యేల యుండెను.

అంబ—దేవా! తామీరీతి దైవమును దూఱినను బ్రయోజనము లేదు. ఆతనిసంకల్పములు నెఱవేఱకతప్పవు. వానిదోషాదోషములు మనకు దురూహ్యములు. మామగారు మొహాబున్నిసాకు

వలెనే యనార్కలీకిని వేఱొకపురుషునితో వివాహ మొనర్చి
యుండినను నింతకష్టముగానుండదు.

సలీ—ఏమీ! మెహర్ పెండ్లాడినదా?

అక్బ—పెండ్లాడక యేమిచేయఁగలదు? రాజాజ్ఞ మీఱ దానికిమా
త్రము వశమా!

సలీ—దేవీ! అనార్కలీ మఱియొక పురుషునితో నుద్వాహమున కొ
ప్పుకొనునా? తాను వలచిన కూరిరాత్మునికై ఘోరమరణ
మందుటకు సిద్ధపడియున్న వీరవనిత, పూతచరిత, యన్యపురుష
కరగ్రహణమున కొడిగట్టునైచ్యమునకుఁ బాల్పడునా?

అక్బ—నిజము. ఆమె యట్టిదే. ఇఁక దమవిలాపములు గట్టిపెట్టి యా
మెయాత్మ శాంతికై యిందుఁ బ్రార్థింతము రండు.

సలీ—సరే. రమ్ము (ఇరువురును గోడప్రక్క మోఁకరించి) ఓ దేవా!
బ్రదికినది యల్పకాలమైనను భూమిపైఁ దనకీర్తికాంతులను
శాశ్వతముగా నిలిపి నీయొద్దకుఁ జనుదెంచియున్న నీముద్దుబిడ్డ
కు స్వాగతమొసంగి యాదరింపుము. ఆమె నీయట్టి పవిత్ర
గుణములు గలది. నీలో నైక్యమొందించుకొనుము. తండ్రీ!
కేవల మానవమాత్రులమై పాపాత్ములమగుటచేత నీబిడ్డ
పావిత్ర్యమెఱుఁగఁజాలక, యామె ననేకబాధలం గల్గించితి
మి. మా యజ్ఞానమును మన్నించి మమ్ము క్షమింపుము. పాప
లోకమును వీడి పుణ్యభూమిని జొచ్చియున్న యోసాధ్వీ! నీ
యెడ మహాపరాధము గావించిన కలుషాత్ముఁ డిదే నీకై, చే
తులు కాలినపిమ్మట నాకులఁబట్టు వానివలె, నంతయు ముగి
సినతర్వాత విలపించుచున్నాఁడు. ప్రేయసీ! నే నింకను సా
మ్రాజ్యములొందవచ్చును, సారసనయనలఁ బెక్కండ్రఁబడయ
వచ్చును. కాని నీయట్టి గుణవంతురాలిని, రూపవంతురాలిని,

www.ingramcontent.com/pod-product-compliance
Lightning Source LLC
LaVergne TN
LVHW020119220825
819277LV00036B/502